# பறவைக் கோணம்

எஸ்.ராமகிருஷ்ணன்

தேசாந்திரி பதிப்பகம்

தேசாந்திரி பதிப்பக வெளியீடு: 84

பறவைக்கோணம் - கட்டுரைகள்
எஸ்.ராமகிருஷ்ணன்

முதல் பதிப்பு: பிப்ரவரி 2021

தேசாந்திரி பதிப்பகம்,
டி-1, கங்கை அப்பார்ட்மெண்ட்,
110, 80 அடி ரோடு, சத்யா கார்டன்,
சாலிகிராமம், சென்னை– 600 093,
தொலைபேசி: 044 23644947.
**விலை: ரூ.180**

**Paravaik Konam** - ESSAYS
S.Ramakrishnan ©

First Edition: February 2021, Pages: 168
Size: Demy 1x8, Paper: 18.6 kg maplitho

Published by :
**Desanthiri Pathippagam**
D-1, Gangai Apartments,
110, 80-Feet Road, Satya Garden, Saligramam,
Chennai - 600 093, Ph: 044 2364 4947
Email : desanthiripathippagam@gmail.com
www.desanthiri.com

ISBN: 978-93-87484-51-1
Wrapper Design: Manikandan
Book Design: Muthu Ganesh
Printed by: Ramani Print Solution, Chennai.

**Price: Rs. 180**

# முன்னுரை

ஹிந்திப் படமொன்றில் ஒரு பாடற்காட்சியைப் படமாக்க ஆறுகோடி செலவிடப்பட்டதாக ஒரு நாளிதழ் செய்தியைப் படித்தேன், தமிழ் சினிமாவிலும் ஒரு பாடலை படமாக்க ஐம்பது அறுபது லட்சம் சாதாரணமாகச் செலவிடப்படுகிறது, அரங்க அமைப்புகள், கவர்ச்சிகரமான உடைகள், சேர்ந்தாடும் இளம்பெண்கள் என்று கவர்ச்சியைப் பிரதானப்படுத்தி உருவாக்கப்படும் அந்தப் பாடல்கள் படம் வெளியான ஒரு மாத காலத்திற்குள் பார்வையாளன் மனதிலிருந்து முற்றிலும் மறைந்து போய்விடுகிறது

ஆனால் எந்தப் பரபரப்பும். கவர்ச்சியும். மின்னல் வெட்டுகளும் இல்லாமல் உருவாக்கப்பட்ட சில பாடல்கள் சினிமா ரசிகனின் மனதில் என்றும் இருந்து கொண்டேயிருக்கிறது, அந்தப் பாடலை ரேடியோவில் கேட்கும்போது கூடப் பார்வையாளன் மனதில் படத்தின் காட்சிகள் தானே நிழலாடத்துவங்குகின்றன, அப்படியான பாடல்களின் நினைவுகளைப் பற்றியதே பறவை கோணம்

தொடராக வெளிவந்து நல்ல வரவேற்பைக் பெற்ற இந்தக்கட்டுரைகள் தமிழ் சினிமா பாடல்கள் சாமானிய மக்களை எப்படி ஆற்றுப்படுத்தின என்பதை விவரிக்கின்றன. இன்றைக்கும் பழைய பாடல்களைக் கேட்கும்போது கடந்தகாலத்திற்குள் திரும்பிப் போய்விடுவதைப் போலவே இருக்கிறது

அந்தக் காலத்தில் சினிமாவில் பாடல்களைப் படமாக்குவதில் ஸ்ரீதரின் பாணி தனித்துவமானது, அவர் எடுத்த ஒரு பாடல் காட்சி கூடச் சோடை போனதேயில்லை, மேற்கத்திய இசை மற்றும் நடனங்களில் ஆர்வம் கொண்டிருந்த ஸ்ரீதர் அதைத்

தமிழ் சினிமாவிற்கு ஏற்ப உருமாற்றித் தந்திருக்கிறார், துரித இசையும் நடனமும் அவரது விருப்பங்கள். இன்று அந்தப் பாடல்களைக் காணும் போது வியப்பாகவே இருக்கிறது

என்னையும் எழுத்தையும் எப்போதும் நேசிக்கும் மனைவி சந்திர பிரபாவிற்கும், பிள்ளைகள் ஹரி மற்றும் ஆகாஷ் இருவருக்கும், என்னை வழிநடத்தும் ஆசான் எஸ்.ஏ.பெருமாள், கவிஞர் தேவதச்சன், நூலின் வடிவமைப்பில் உதவிய முத்து கணேஷ், அட்டை வடிவமைப்பு செய்த மணிகண்டன். தேசாந்திரி பதிப்பகத்தின் அன்புகரன் ஆகியோருக்கு அன்பும் நன்றியும்

28.1.21 மிக்க அன்புடன்
சென்னை. எஸ். ராமகிருஷ்ணன்

# எஸ்.ராமகிருஷ்ணன்

எஸ்.ராமகிருஷ்ணன், விருதுநகர் மாவட்டம் மல்லாங்கிணறு கிராமத்தில் 1966இல் பிறந்தார். முழுநேர எழுத்தாளரான இவர் தற்போது சென்னையில் வசிக்கிறார்.

**சிறுகதைத் தொகுப்புகள்:** எஸ். ராமகிருஷ்ணன் கதைகள், நடந்து செல்லும் நீருற்று, பதினெட்டாம் நூற்றாண்டின் மழை, அப்போதும் கடல் பார்த்துக்கொண்டிருந்தது, நகுலன் வீட்டில் யாருமில்லை, புத்தனாவது சுலபம், வெளியில் ஒருவன், காட்டின் உருவம், தாவரங்களின் உரையாடல், வெயிலைக் கொண்டு வாருங்கள், பால்ய நதி, மழைமான், குதிரைகள் பேச மறுக்கின்றன. காந்தியோடு பேசுவேன், நீரிலும் நடக்கலாம், என்ன சொல்கிறாய் சுடரே.

**நாவல்:** உப பாண்டவம், நெடுங்குருதி, உறுபசி, யாமம், துயில், நிமித்தம், சஞ்சாரம், இடக்கை, பதின்.

**கட்டுரைத் தொகுப்புகள்:** விழித்திருப்பவனின் இரவு, இலைகளை வியக்கும் மரம், என்றார் போர்ஹே, கதாவிலாசம், தேசாந்திரி, கேள்விக்குறி, துணையெழுத்து, ஆதலினால், வாக்கியங்களின் சாலை, சித்திரங்களின் விசித்திரங்கள், நம் காலத்து நாவல்கள், காற்றில் யாரோ நடக்கிறார்கள், கோடுகள் இல்லாத வரைபடம், மலைகள் சப்தமிடுவதில்லை, வாசகபர்வம், சிறிது வெளிச்சம், காண் என்றது இயற்கை, செகாவின் மீது பனி பெய்கிறது, குறத்தி முடுக்கின் கனவுகள், என்றும் சுஜாதா, கலிலியோ மண்டியிடவில்லை, சாப்ளினுடன் பேசுங்கள், கூழாங்கற்கள் பாடுகின்றன, எனதருமை டால்ஸ்டாய், ரயிலேறிய கிராமம், பிகாசோவின் கோடுகள், இலக்கற்ற பயணி, செகாவ் வாழ்கிறார், ஆயிரம் வண்ணங்கள்.

**திரைப்பட நூல்கள்:** பதேர் பாஞ்சாலி—நிதர்சனத்தின் பதிவுகள், அயல் சினிமா, உலக சினிமா, பேசத்தெரிந்த

நிழல்கள், இருள் இனிது ஒளி இனிது, குற்றத்தின் கண்கள் பறவைக் கோணம், சாமுராய்கள் காத்திருக்கிறார்கள்.

**குழந்தைகள் நூல்கள்:** கால் முளைத்த கதைகள், ஏழு தலைநகரம், கிறுகிறு வானம், லாலிபாலே, நீளநாக்கு, தலையில்லாத பையன், எனக்கு ஏன் கனவு வருது, காசுகள்ளன், பம்பழாபம், சிரிக்கும் வகுப்பறை, அக்கடா.

**உலக இலக்கியப் பேருரைகள்:** ஆயிரத்தொரு அரேபிய இரவுகள், ஹோமரின் இலியட், ஷேக்ஸ்பியரின் மெக்பத், ஹெமிங்வேயின் கடலும் கிழவனும், தஸ்தாயெவ்ஸ்கியின் குற்றமும் தண்டனையும், லியோ டால்ஸ்டாயின் அன்னா கரீனினா, பாஷோவின் ஜென் கவிதைகள்.

**வரலாறு:** எனது இந்தியா. மறைக்கப்பட்ட இந்தியா.

**நாடகத் தொகுப்பு:** அரவான், சிந்துபாத்தின் மனைவி, சூரியனைச் சுற்றும் பூமி.

**நேர்காணல் தொகுப்பு:** எப்போதுமிருக்கும் கதை, பேசிக்கடந்த தூரம்.

**மொழிபெயர்ப்புகள்:** நம்பிக்கையின் பரிமாணங்கள், ஆலீஸின் அற்புத உலகம், பயணப்படாத பாதைகள்.

**தொகை நூல்:** அதே இரவு அதே வரிகள் (அட்சரம் இதழ்களின் தொகுப்பு), வானெங்கும் பறவைகள்.

**ஆங்கிலத்தில் வெளிவந்துள்ள நூல்கள்:** Nothing but water, Whirling swirling sky.

***இணையதளம்:*** www.sramakrishnan.com

***மின்னஞ்சல்:*** writerramki@gmail.com

## பொருளடக்கம்

| | | | |
|---|---|---|---|
| 1. | பகலின் உன்னதப் பாடல் | ..... | 09 |
| 2. | சொன்னது நீதானா | ..... | 23 |
| 3. | கொலையைக் கலையாக்குபவன் | ..... | 35 |
| 4. | ரங்கூனில் ஒரு ராணி | ..... | 45 |
| 5. | காதல் கொண்டாலே பயமென்ன? | ..... | 57 |
| 6. | வாழ்வில் காணா சமரசம் | ..... | 70 |
| 7. | கண்டதைச் சொல்லுகிறேன் | ..... | 81 |
| 8. | பூவண்ணம் போல நெஞ்சம் | ..... | 91 |
| 9. | பார்வை கடந்த பாடல் | ..... | 104 |
| 10. | விலகும் வெறும்பனி | ..... | 115 |
| 11. | காற்றினிலே, பெரும் காற்றினிலே | ..... | 125 |
| 12. | பளிங்கினால் ஒரு மாளிகை | ..... | 136 |
| 13. | திங்கள் மாலை வெண்குடையான் | ..... | 146 |
| 14. | குற்றம் புரிந்தவன் வாழ்க்கையில்... | ..... | 155 |

# பகலின் உன்னதப் பாடல்

கே. பாலசந்தர் இயக்கத்தில் வெளியான பாமா விஜயம் படத்திலுள்ள ‘ஆணி முத்து வாங்கி வந்தேன் ஆவணி வீதியிலே’ என்ற பாடலைத் தொலைக்காட்சியில் பார்த்துக் கொண்டிருந்தேன்.

எம்.எஸ்.வி. இசையில் கண்ணதாசன் எழுதிய பாடலது. பி. சுசிலா, எல்.ஆர். ஈஸ்வரி, சூலமங்கலம் ராஜலட்சுமி ஆகிய மூவரும் பாடியிருக்கிறார்கள். திரைப்படத்தின் கதையோடு பாடல் எப்படிப் பொருந்திவர வேண்டும் என்பதற்கான முன்னுதாரணப் பாடலது. மிகவும் அற்புதமாகப் படமாக்கப் பட்டிருக்கிறது.

சௌகார் ஜானகி, ஜெயந்தி, காஞ்சனா ஆகிய மூவரும் கதையின் மூன்று முக்கிய பாத்திரங்கள். மூவருமே இல்லத்தரசிகள். அவர்களது அன்றாட வேலைகளையே பாடல் காட்சிப்படுத்தியிருக்கிறது. அதுதான் இப்பாடலின் தனித்துவம்.

சினிமாவில் பாடல்கள் எப்போதும் பெரிதும் மிகைப்படுத்தல் ஒன்றாகவே இருக்கிறது. கனவுக்காட்சி என்று அயல்நாட்டின் வணிக வீதிகளிலோ, பனிமலையிலோ ஓடியாடிப் பாடுவார்கள் அல்லது ஊட்டி, கொடைக்கானலின் புல்வெளிகளில் உருண்டு திரிந்து மரங்களைச் சுற்றிப் பாடுவார்கள். அதுவுமில்லை என்றால் ஒரு பிரம்மாண்டமான செட்டில் கைகால்களை இழுத்து வலிந்து ஆடிப் பாடுவார்கள். அதுபோன்ற எந்த மிகையுமற்று அன்றாடக் காரியங்களின் அழகியலைக் காட்சிப்படுத்தியிருக்கிறது என்பதற்காகவே இந்தப் பாடலை முக்கியமானது என்று கருதுகிறேன்.

கிணற்றடியில் தண்ணீர் இறைப்பது, பாத்திரம் கழுவுவது, துணி துவைப்பது, குளிப்பது, அம்மி அரைப்பது, உரலில் இடிப்பது, விளக்கேற்றுவது, ஒருவரையொருவர் கேலி செய்து தண்ணீரை வாரி அடித்துக் குளிப்பது, தலைவாரிவிடுவது, காய்கறிகள் நறுக்குவது, சமைப்பது, சாப்பாடு பரிமாறுவது, பல்லாங்குழி ஆடுவது, தயிர் கடைவது, காய்ந்த துணிகளை மடித்து வைப்பது, குழந்தைகளைத் தூங்க வைத்துத் தானும் அருகில் படுத்துக்கொள்வது என்று வீட்டுக்குள்ளாகவே நாளைக் கழிக்கும் பெண்களின் அன்றாட உலகை முழுமையாகக் காட்சிப்படுத்தியிருக்கிறது இப்பாடல். அந்த மூன்று பெண்களுக்குள் உள்ள அந்நியோன்யமும், பரஸ்பர கேலி கிண்டல்களும், கொஞ்சல்களும், ஒருவர் மற்றவர் மீது காட்டும் அக்கறையும் அபாரமான அழகாகயிருக்கிறது.

இதைப் பகலின் உன்னதப் பாடல் என்றே சொல்வேன். கிணற்றடியில் பாடல் துவங்குகிறது. கிணற்றடி கொண்ட வீடுகள் இப்போது இல்லை. ஆகவே கிணறு என்பது நம் நினைவில் வாழும் ஒன்று. அந்த வீட்டின் பின்புறம் வாழை மரங்களும் துணிதுவைக்கும் கல்லும் காணப்படுகிறது. காரை உதிர்ந்த சுவரும் தென்படுகிறது. கிணற்றில் வாளியை விட்டுத் தண்ணீர் இறைக்கிறாள் மூத்த மருமகள். அடுத்தவள் கையில் பெரிய டிபன் கேரியரையும் ஒரு தூக்குவாளியையும் எடுத்துக்கொண்டு ஒயிலாக நடந்துவருகிறாள். காஞ்சனா இந்தக் காட்சியில் நடந்து வரும் துள்ளல் நடை தனித்த வசீகரமானது. ஒருத்தி மற்றவள் மீது தண்ணீர் ஊற்றிக் குளிக்கச் செய்கிறாள். அவர்கள் பரஸ்பரம் வேடிக்கை

செய்துகொள்கிறார்கள். அதைப் படமாக்கியுள்ள விதத்தில் அவர்களின் வயது கரைந்து போய் மூன்று குறும்புக்காரச் சிறுமிகள் ஒன்றாக விளையாடுவது போல அத்தனை ஆனந்தமாக உள்ளது.

மூவரும் நடுத்தர வர்க்க குடும்பத்தைச் சேர்ந்தவர்கள். மூவருக்கும் பகல் முழுவதும் வேலைகள் இருந்து கொண்டேயிருக்கின்றன. அத்தனை வேலைகளையும் அலுக்காமல் செய்தபடியே அதைத் தாண்டி அன்றாட வாழ்வின் சங்கீதத்தைக் கேட்டு தன்னை மறந்து ஆடுபவர்களைப் போல வீட்டிற்குள்ளாக ஆடிப்பாடுகிறார்கள். அதில் ஒரு மருமகள் வீட்டின் ஹாலில் காலைச் சுழற்றி சர்வ சுதந்திரமாக ஆடிப்பாடுகிறாள். இந்த உலகில் அவர்கள் மூவர் மட்டுமே இருக்கிறார்கள் என்பது போன்ற களிப்பு அவர்களிடமிருக்கிறது.

பாடலைத் தனியே கேட்டுப்பாருங்கள். உங்களால் ஒருபோதும் இது பின்கட்டு உலகத்தின் காட்சிகளால் நிரப்பப்பட்டிருக்கும் என்று கற்பனை செய்யவே முடியாது. அதுதான் இயக்குனரின் தனித்துவம். அவ்வகையில் கே.பி. பாடல்களைப் படமாக்குவதில் விற்பன்னர்.

பாடலின் வரிகள் எளிமையாக அதே நேரம் ஒரு செவ்வியல் தன்மையில் இருக்கிறது.

> எண்ணி வைத்தேன் ஏழெட்டு முத்துக்கள் காணவில்லை
> ஏறிட்டு நானதைப் பார்க்கவில்லை
> மார்பிலும் நானள்ளிச் சூடவில்லை
> அந்தக் கன்னத்தில் என்னடி முத்து வண்ணம்
> எந்தக் கள்ளத்தனத்தினில் வந்ததடி
> வாங்கிக் கொடுத்ததும் தாங்கிப் பிடித்ததும்
> முத்துக்கள் போல் வந்து சிந்துதடி

என்ற வரிகளில் ஒரு கற்பனை விளையாட்டு துவங்குகிறது. பொய்க் குற்றம் சொல்கிறாள் ஒருத்தி. மற்றவளோ, நான் அதைப் பார்க்கவேயில்லை என்று மறுக்கிறாள். அடுத்தவள் நான் அதை சூடிக்கொள்ளவில்லை என்று பொய்க் கோபம் கொள்கிறாள். இந்த வேடிக்கை நாடகம் பாடலின்

ஊடாக அந்தப் பெண்களின் உள்ளார்ந்த அன்பை வெளிப்படுத்துகிறது.

ஒரு முத்து இரு முத்து மும்முத்து நால்முத்து அம்மம்மா
பெண்ணுக்கு எத்தனை முத்தமடி

என்ற வரிகளில் அந்தப் பெண்கள் தங்களின் அந்தரங்க இன்பங்களை நினைவு கொண்டவர்களைப் போல ஒருங்கிணைந்து சந்தோஷத்துடன் வெட்கப்படுகிறார்கள். தனிமையும் அக சந்தோஷமும் ஒன்று சேர்வது தான் இந்தப் பாடலின் ஆதார மையம். வீட்டுப் பணிகளுக்குள் உள்ள எளிய அழகியல் எவ்வளவு தனித்துவமானது என்பதையே பாடல் சுட்டிக்காட்டுகிறது.

ஆண்கள் இருக்கின்ற நேரங்களில் வீட்டுப் பெண்கள் இப்படியான சுதந்திரத்தை வெளிப்படுத்துவதில்லை. ஒருவேளை தனக்குப் பிடித்தமான பாடலை முணுமுணுத்தால் கூட கோபப்படும் ஆண்களே அதிகமிருக்கிறார்கள். உதிரிப்பூக்கள் படத்தில் ஒரு காட்சி இடம் பெற்றிருக்கிறது. விஜயன் வீட்டை விட்டு வெளியேறிச் செல்லும்வரை அவரது மைத்துனி வெளியே காத்துக்கொண்டேயிருப்பாள். அவர் வெளியேறிப் போனதும் அக்கா வீட்டிற்குள் புகுந்து ஆசை தீர சாப்பிட்டு வேடிக்கை செய்வாள். அந்தக் காட்சியில் அஸ்வினியின் முகத்தில் ஒரு தனியான சந்தோஷம் பீறிடும்.

பொதுவாக ஆண்கள் வீட்டிலிருந்து வெளியேறிப்போன பிறகே பெண்களின் அக சந்தோஷம் துவங்குகிறது. அவர்களால் இயல்பாக இருக்க முடிகிறது. எல்லா காலத்திலும் யாவர் வீட்டிலும் இதுதான் உண்மை போலும்.

பாமா விஜயம் பாடலின் முடிவில் மூன்று கணவர்களும் வீடு திரும்புகிறார்கள். அவர்கள் மனைவியின் பாடலைக் கேட்கிறார்கள். வியப்போடு பார்க்கவும் செய்கிறார்கள். கதையின்படி மூவருமே மனைவிக்கு அடங்கியவர்கள் என்பதைச் சொல்வதைப் போல அவர்கள் ஒதுங்கி நிற்கும் செய்கைகள் இருக்கின்றன.

இந்த மூன்று பெண்களும் மூன்று விதமான கடந்த காலத்தையும் மனவிருப்பத்தையும் கொண்டவர்கள். ஆனால்,

ஒரே கூரையின் கீழே வாழ்கிறார்கள் என்பதை அவர்களின் உடைகள், முகபாவம் மற்றும் நடை வேறுபடுத்திக் காட்டுகிறது. குறிப்பாக, காஞ்சனாவின் உடல் மொழியும் சௌகார் ஜானகியின் உடல்மொழியும் ஒன்றுக்கு ஒன்று நேர் எதிராக இருக்கின்றன. ஆனால் ஒருவருக்கொருவர் வாஞ்சையோடு இருக்கிறார்கள். ஆசையோடு சௌகார் அவளைக் குழந்தையைக் கொஞ்சுவதுபோல கொஞ்சுகிறார்.

இப்படி ஒரு பாடல் படத்தில் இடம்பெற வேண்டும் என்ற யோசனை எப்படி உருவானது. அன்றாடப் பணிகளை ஒரு பாடலாக மாற்றிய இந்த முறையை ஏன் இன்றைய சினிமா கைவிட்டது?

பாலசந்தர் தனது படங்களில் பாடல்களைப் படமாக்கியுள்ள விதம் ஒவ்வொன்றும் தனித்துப் பேசப்பட வேண்டியது அவசியமானது. அலுவலகத்திற்குச் செல்லும் பெண்ணின் பயணத்தின் ஊடாக ஒரு பாடல். வீட்டில் செய்வதைப் பற்றி ஒரு பாடல். சினிமா படமாக்கப்படுவதைப் பற்றி ஒரு பாடல். திருமண வரவேற்பு விழாவில் நடைபெறும் மிமிக்ரி போன்று ஒரு பாடல் என்று விதவிதமாகப் பாடல் காட்சிகளை உருவாக்கிப் பார்த்து வெற்றிகண்ட இயக்குனர் அவரே.

இந்தப் பாடல் மூன்று வேறுபட்ட பெண்களின் வழியே அவர்களின் ஒருநாளைய வாழ்வை விவரிக்கிறது. கதையில் அந்த மூன்று குடும்பங்களின் இயல்புவாழ்க்கை ஒரு நடிகையின் வரவால் சிதறடிக்கப்படப் போகிறது. ஆகவே அதற்கு முன்பான அவர்களின் அன்றாட வாழ்வின் ஆனந்தத்தை உணர்த்துவது போலவே பாடல் ஒலிக்கிறது.

பாடலைப் பாடும் மூன்று பெண்பாடகர்களும்கூட மூன்று விதமான பாணியை, குரலினிமையைக் கொண்டவர்கள். சுசிலா செவ்வியல் தன்மை கொண்டவர் என்றால், எல்.ஆர். ஈஸ்வரி துள்ளல் பாடல்களுக்குப் பிரசித்தி பெற்றவர். சூலமங்கலம் ராஜலட்சுமி பக்திப் பாடல்களில் பிரபலமானவர். ஆக, இந்த மூன்று குரல்களின் ஒன்றுசேர்ந்த தன்மை என்பது கதையின் மையத்தை அப்படியே பிரதிபலிப்பதுபோல அமைந்திருக்கிறது.

இன்னொரு பக்கம் அன்றாட வாழ்க்கை அர்த்தமற்று சலிப்பாக இருக்கிறது. அதை சுவாரஸ்யப்படுத்திக்கொள்ள இதுபோன்ற பாடலும் உள்ளார்ந்த நடனமும் தேவைப் படுகிறது என்பதையே இப்பாடல் உணர்த்துகிறது என்றும் நினைக்கிறேன். படத்திலிருந்து தனித்து இந்தப் பாடலைப் பார்க்கையில் இது முப்பது ஆண்டுகளுக்கு முந்தைய நடுத்தர வர்க்க கூட்டுக்குடும்ப வாழ்வின் நிலையை அழகாகக் காட்சிப்படுத்தியிருக்கிறது.

இன்று கிணற்றடியில்லை. கிணற்றடிக் குளியல் இல்லை. மன நெருக்கம் கொண்ட கூட்டுக் குடும்பங்கள் இல்லை. யாவும் கடந்து அன்றாடப் பணிகளைக்கூட உடல் உழைப்பால் செய்யவேண்டியது மாறி இயந்திரங்கள் வந்துவிட்டன. வெறுப்பும் கசப்புமே பிரதான உணர்ச்சிகளாகி, அன்பும் அக்கறையும் தேவையற்ற ஒன்றாகிவிட்டிருக்கிறது. அந்த அளவிலும் இப்பாடல் முக்கியமான ஒன்றே.

திரையிசைப் பாடல்களே எளிய மனிதர்களை ஆற்றுப் படுத்துகின்றன. அந்த வகையில் ஒவ்வொரு மனிதனும் தனக்குள்ளாக ஏதோவொரு சினிமாப் பாடலை முணுமுணுத்துக் கொண்டேயிருக்கிறான். விருப்பமான சினிமாப் பாடல்கள் நம் நினைவின் பகுதியாகி விடுகின்றன. நினைவு தன்னைப் புதுப்பித்துக் கொண்டேயிருக்கக் கூடியது என்பதால் பாடல்களும் புத்துருவாக்கம் கொண்டபடியே இருக்கின்றன.

**த**மிழ் சினிமாவில் ஒரு இயக்குனர் மற்றொரு இயக்குனரின் படத்தை வியந்து போற்றி அதைப் பற்றி எழுதுவது என்பது நான் அறிந்தவரை இல்லவேயில்லை. அதிலும் முன்னோடி இயக்குனர்களைக் குறித்து இளம் இயக்குனர்கள் பலரும் ஒருபோதும் பேசுவதேயில்லை. இன்றும் பீம்சிங், ஸ்ரீதர், மகேந்திரன், பாலசந்தர் என நீளும் முன்னோடி இயக்குனர்கள் பற்றி விரிவான புத்தகம் எதுவும் எழுதப்படவில்லை.

ஆனால் உலக சினிமாவில் ஐம்பது ஆண்டுகளுக்கும் மேலாக ஒரு புத்தகம் திரும்பத் திரும்பப் படிக்கப்பட்டு, வகுப்பறைகளில் பாடமாகக் கற்பிக்கப்பட்டும், பனிரெண்டு

மொழிகளில் மொழியாக்கம் செய்யப்பட்டதுடன் ஆடியோ புத்தகம், வீடியோ பதிவு என்று பல்வேறு வடிவங்களில் கொண்டாடப்பட்டு வருகிறது. அது பிரெஞ்சு இயக்குனர் த்ரூபா, ஹிட்ச்காக்கின் திரைப்படங்கள் குறித்து எழுதிய Hitchcock - by Francois Truffaut. இது விரிவான நேர்காணலின் தொகுப்பு.

1962ஆம் ஆண்டு த்ரூபா அமெரிக்கா சென்று ஹிட்ச்காக்கை யுனிவர்சல் ஸ்டுடியோவில் சந்தித்தார். இருவரும் நீண்ட உரையாடலை நிகழ்த்தினார்கள். ஹிட்ச்காக்கின் முக்கிய படங்களின் தனித்துவம் குறித்த இந்த உரையாடல் பனிரெண்டு மணி நேரத்திற்கும் மேற்பட்டது. பிரெஞ்சு வானொலி இதை அரைமணி நேரம் வீதம் 25 பகுதிகளாக ஒலிபரப்பியது. அந்த விரிவான நேர்காணலில் இருந்து தொகுக்கப்பட்டதே இப்புத்தகம்.

த்ரூபா பிரெஞ்சு நவசினிமாவின் முக்கிய இயக்குனர். தீவிரமான சினிமா விமர்சகர். பிரெஞ்சு புதிய அலைசார்ந்த சினிமா அழகியலை உருவாக்கியவர். அவர் ஹிட்ச்காக்கின் படங்களைக் குறித்து விரிவாக ஆராய்ந்திருக்கிறார். ஒரு இயக்குனரின் மொத்த பங்களிப்பையும் இவ்வளவு நுணுக்கமாக மற்றொரு இயக்குனர் ஆராய்ந்து எடுத்துப் பேசியது இதுவே முதல் முறை.

த்ரூபாவின் இந்த வழிமுறையை இன்று முன்னெடுத்துச் சென்று கொண்டிருப்பவர் அமெரிக்க இயக்குனர் மார்டின்

ஸ்கார்ச்சி. இவரே அமெரிக்க சினிமாவின் முன்னோடிகளைக் கொண்டாடியபடியிருக்கும் முதல் இயக்குனர். செவ்வியல் திரைப்படங்களைப் பற்றித் தொடர்ந்து பேசியும் எழுதியும் வருகிறார்.

த்ரூபாவின் புத்தகம் ஹிட்ச்காக்கை அறிந்து கொள்வதற்கான திறவுகோல். சினிமாவில் பணியாற்றுகின்றவர்களோ, பார்வையாளர்களோ யாராக இருப்பினும் சினிமாவின் அழகியலையும் அதன் உருவாக்கத்தின் பின்னுள்ள வியப்பான நுட்பங்களையும் அறிந்து கொள்ள இதுவே தலைசிறந்த புத்தகம். பிரபலமான பல இயக்குனர்கள் இந்தப் புத்தகத்தை தனது கூடவே வைத்துக்கொண்டு திரும்பத் திரும்பப் படித்துக்கொண்டிருப்பதை நான் அறிவேன். இது ஒரு வழிகாட்டுதல் நூல். புத்தகத்தை வாசிக்கையில் நாம் ஒருபக்கம் த்ரூபா என்ற இளம் இயக்குனர் எந்த அளவு ஹிட்ச்காக்கின் படங்களை அவதானித்து இருக்கிறார் என்று வியக்க முடிகிறது. மறுபக்கம் த்ரில்லர் படங்கள் என்று எளிதாக வகைப்படுத்தி விடுகின்ற ஹிட்ச்காக் சினிமாவின் உள்ளே எவ்வளவு முக்கியமான அகப்பார்வைகள், நுட்பங்கள் இருக்கின்றன என்பதைப் பற்றி ஹிட்ச்காக்கே சொல்வது கூடுதல் வியப்பளிக்கிறது. ஒரு நேர்காணல் எப்படியிருக்க வேண்டும் என்பதற்கு இப்புத்தகம் ஒரு உதாரணம். த்ரூபாவிற்கு ஆங்கிலம் தெரியாது. அவர் பிரெஞ்சில் பேசியதை ஆங்கிலத்தில் மொழியாக்கம் செய்திருப்பவர் ஹெலன் ஸ்காட். இந்த நேர்காணலின் முழுமையான ஒலிப்பதிவு இன்று இணையத்தில் எளிதாக தரவிறக்கம் செய்யக் கிடைக்கிறது.

எது ஹிட்ச்காக் சினிமாவை, சாதாரண வணிகத் திரைப்படங்களில் இருந்து வேறுபடுத்துகிறது என்பதை த்ரூபா விளக்கமாக எடுத்துக் காட்டுகிறார். காதல் காட்சிகளைப் படமாக்குவது போல அத்தனை ஈர்ப்புடன் அவர் கொலைக்காட்சிகளைப் படமாக்கியிருக்கிறார். அது வெறும் கொலையில்லை, ஒரு மனநிலை. அதன் வெளிப்பாடு மற்றும் அக நெருக்கடி எங்கிருந்து உருவாகிறது என்பதை ஹிட்ச்காக் தெளிவாகக் காட்டுகிறார் என்கிறார் த்ரூபா.

த்ரில்லர் படங்களில் நகைச்சுவையின் பங்கு முக்கியமானது. அதுதான் டென்ஷனை அதிகப்படுத்துவதற்கான எளிய

வழி என்று சொல்லும் ஹிட்ச்காக், இயல்பான சூழலில் எதிர்பாராத சம்பவங்கள் நடை பெறுவதும், முரண்பட்ட கதாபாத்திரங்களின் இயல்பும், பதைபதைக்க வைக்கும் கையறு நிலை கொண்ட புறச் சூழலும், பார்வையாளர்களை நம்பவைத்து சட்டென திருப்பம் கொள்ள வைக்கும் காட்சிகளுமே படத்தின் முக்கியமாக கவனிக்க வேண்டிய அம்சங்கள் என்கிறார்.

'சைக்கோ' படத்தில் வரும் கொலை நடைபெறும் காட்சியைப் பற்றிய உரையாடலில் கத்தி அவள் உடலில் நேரடியாகப் பாயாமல் மாண்டேஜ் காட்சிகளின் வழியே கொல்லுதல் காட்சிப்படுத்தப்பட்ட விதம் பற்றிப் பேசும் ஹிட்ச்காக், கொலைக்காட்சியின் பின்புலமாக ஒலிக்கும் வயலின் இசையே அந்தக் காட்சியை மேம்படுத்திய ஒன்று என்று விரிவாக எடுத்துச் சொல்கிறார். சினிமாவின் அக உலகம் எப்படி உருவாக்கப்படுகிறது, காட்சிகளுக்குள்ள உழைப்பும் தத்துவமும் அக நோக்கமும், அழகியலையும் அறிந்துகொள்ள விரும்பும் அனைவரும் வாசிக்க வேண்டிய புத்தகமிது.

**சா**வித்திரியை நாம் நடிகையர் திலகம் என்றே சொல்கிறோம். சினிமாவில் இவர் ஒருவரே இந்தப் பட்டத்தைப் பெற்றவர். சாவித்திரியை மஹாநடிகை என்கிறது தெலுங்கு சினிமா. சொந்த வாழ்வில் அதிகமும் துன்பத்தையும் வேதனைகளையும் அனுபவித்துக் குடியால் தன்னைக் கொஞ்சம் கொஞ்சமாக அழித்துக்கொண்டார் சாவித்திரி. ஆனால் அவரைப்போல சினிமாவை நேசித்த, சினிமாவிற்காகத் தன்னை அர்ப்பணித்துக்கொண்ட நடிகை இன்று வரை எவருமில்லை.

சாவித்திரி தனிப்பெரும் ஆளுமை. எந்தக் கதாநாயகனுடன் நடித்தாலும் நிமிர்ந்த நடையும் நேர்கொண்ட பார்வையும் துடுக்குத்தன மிக்க பேச்சுமாக சாவித்திரி தனது தனித்தன்மையை வெளிப்படுத்தத் தவறியதேயில்லை. 'தேவதாஸ்' படத்தில் வரும் சாவித்திரிக்கும் 'மிஸ்ஸியம்மா'வில் வரும் சாவித்திரிக்கும் இடையில் நடிப்பில் எவ்வளவு பெரிய மாறுபாடு! அந்த வேறுபாட்டை அவர் தான் நடிக்கும் ஒவ்வொரு படத்திலும் கவனமாக வெளிப்படுத்தியவர்.

மிகக் குறைவான நடிகைகளே திரைப்படத்தை இயக்கி யிருக்கிறார்கள். பானுமதி, அதில் ஒரு முன்னோடி. சாவித்திரி தமிழில் குழந்தை உள்ளம், பிராப்தம் ஆகிய இரண்டு படங்களை இயக்கியிருக்கிறார். தெலுங்கிலும் நான்கு படங்களை இயக்கியிருக்கிறார்.

'மனம் போல் மாங்கல்யம்' என்ற படத்தில் நடித்தபோது ஜெமினி கணேசனைக் காதலிக்க ஆரம்பித்து 1956ல் அவரை ரகசியமாகத் திருமணம் செய்துகொண்டார். சிவாஜியை வைத்து அவர் இயக்கிய 'பிராப்தம்' படத்தை சமீபத்தில் மறுமுறை பார்த்தேன். 'பாசமலர்' படத்தின் வழியே சிவாஜியின் தங்கை என்ற அழியாத பிம்பத்தை உருவாக்கிக்கொண்ட சாவித்திரி, சிவாஜியை வைத்தே பிராப்தம் படத்தை உருவாக்கினார். அப்படத்தால் உருவான பிரச்சினைகள் தான் சாவித்திரியின் வீழ்ச்சிக்கான முக்கிய காரணமாக அமைந்தது.

அடூர்த்தி சுப்பாராவ் இயக்கி நாகேஸ்வர ராவ், சாவித்திரி, ஜமுனா நடித்த 'மூக மனசுலு' என்ற தெலுங்குப் படம் மிகப்பெரிய வெற்றி பெற்றது. இப்படத்தில் கே.விஸ்வநாத் உதவி இயக்குனராகப் பணியாற்றியிருக்கிறார்.

முந்நூறு நாட்களைக் கடந்து ஓடி சாதனை செய்த அந்தப் படத்தை சாவித்திரி தமிழில் இயக்க விரும்பினார். அதே படம் 'மிலன்' என்ற பெயரில் இந்தியில் வெளியாகி அங்கேயும் வெற்றி பெற்றது. ஆகவே இப்படம் தமிழில் நிச்சயம் வெற்றி பெறும் என்று நம்பினார்.

மூக மனசுலு கோதாவரி ஆற்றின் கரையில் வாழும் ஒரு ஜமீன்தார் குடும்பத்தினைச் சேர்ந்த ராதா என்ற பெண்ணிற்கும் கோபி என்ற படகோட்டி ஒருவனுக்குமான உறவைப் பற்றியது. பிறவிதோறும் தொடரும் பந்தம் என்பது போல மறுபிறவியில் இவர்கள் வேறு ஊரில் வேறு ஒரு கல்லூரியில் படித்து திருமணம் செய்துகொண்டு தேனிலவிற்காக அதே கோதாவரி ஆற்றங்கரைப் பகுதிக்கு வருகிறார்கள். முந்தைய பிறவியின் நினைவுகளுடன் அவருக்காகக் காத்திருக்கும் கௌரி என்ற பெண்ணைச் சந்திக்கிறான் கோபி.

கோபிக்காகவே காத்திருந்த கௌரி அவரது மடியில் ஒரு வார்த்தை கூட பேசாமல் இறந்து போய்விடுகிறாள். முந்தைய பிறவியின் நினைவுகள் வழியாகப் படம் துவங்குகிறது. தெலுங்குப் படத்தில் இடம்பெற்றுள்ள பாடல்களும் காட்சிப்படுத்தப்பட்ட விதமும் சிறப்பாக இருக்கின்றன. கோதாவரியை பி.எல். ராய் ஒளிப்பதிவு செய்துள்ள விதம் அபாரமானது. இன்றும் அது முன்மாதிரி படமாகவே இருக்கிறது.

அதைத் தமிழில் சிவாஜி நடித்தால் வெற்றிபெறும் என்ற கணிப்பில் படம் துவங்கப்பட்டது. ஆரூர்தாஸ் படத்தின் வசனத்தை எழுதியிருக்கிறார். சிவாஜியின் தங்கை என்று அறியப்பட்ட சாவித்திரியை சிவாஜி காதலிப்பதையோ, மனைவியாக்கிக் கொள்வதையோ மக்கள் விரும்ப மாட்டார்கள் என்று படம் துவங்கப்படும் நாட்களில் கூறப்பட்டது. ஆனால் சாவித்திரி, சின்னம்மா என்ற தனது கதாபாத்திரம் முற்றிலும் மாறுபட்டது என்று உறுதியாக நம்பினார்.

படத்தின் ஆரம்பத்தில் இருந்தே சிவாஜிக்கும் அவருக்குமான சிக்கல்களும் கருத்து வேறுபாடுகளும் துவங்கிவிட்டிருந்தன.

சிவாஜி தனது கதாபாத்திரத்தைவிட சாவித்திரியே மேலோங்கியிருப்பதாக உணர்ந்திருக்கக்கூடும். இந்தக் கசப்பு படத்தின் பிரச்சினையாகி இரண்டு ஆண்டுகள் படமாக்குதல் நடைபெற்றிருக்கிறது.

மூக மனசுலு படத்தையும் பிராப்தம் படத்தையும் ஒரு சேரப் பார்க்கும்போது அந்தப் படத்தின் பத்தில் ஒரு பங்கு கூட தமிழில் இல்லை என்றே தோன்றுகிறது. காரணம், ஈடுபாடு இல்லாத நடிப்பு மற்றும் சிவாஜி சம்மதிக்க மறுத்த காரணத்தால் படத்தில் இருந்து தூக்கப்பட்ட காட்சிகள், தொடர்பில்லாத கதைப்போக்கு. அதுபோலவே இப்படத்தில் சந்திரகலாவை இரண்டாவது கதாநாயகியாக அறிமுகப்படுத்தினார் சாவித்திரி (இவரே உலகம் சுற்றும் வாலிபனில் எம்.ஜி.ஆரோடு இணைந்து நடித்தவர்). ஜமுனாவின் துடுக்குத்தனமும் இயல்பும் இப்படத்தில் இவரிடம் சுத்தமாகயில்லை.

மூக மனசுலு படம் பாடலுக்காகவே ஓடியது. எட்டுப் பாடல்கள். அதிலும் கே.வி.மகாதேவன் நாட்டுப்புற தவில் மற்றும் நாதஸ்வர இசையைப் படத்தில் அழகாகப் பயன்படுத்தியிருக்கிறார். கண்டசாலா மற்றும் சுசிலாவின் குரலில் உள்ள பாடல்கள் பெரும்வரவேற்பைப் பெற்றன.

தமிழிலும் ‘சந்தனத்தில் நல்ல வாசம் எடுத்து என்னை தழுவிக் கொண்டோடுது தென்னங்காத்து’ பாடல் மிகுந்த புகழ்பெற்றது. அதிலும் குறிப்பாக, ‘தாலாட்டுப்பாடி தாயாக வேண்டும். வெகு நாளாக என் ஆசை சின்னம்மா’ என்ற பாடலின் ஊடே ‘கண்ணா’ என்று சாவித்திரி மெய்யுருக அழைக்கும் குரல் சிலிர்ப்பூட்டக்கூடியது.

படத்தின் ஆரம்பக் காட்சியில் தேனிலவிற்காக சிவாஜியும் சாவித்திரியும் ஒரு காரில் பயணம் செய்கிறார்கள். அந்த காரை சாவித்திரி ஓட்டிக்கொண்டு வருகிறார். அருகில் சிவாஜி உட்கார்ந்து வேடிக்கை பார்த்தபடியே வருவார். அநேகமாக அந்தப் படம் ஒன்றில் தான் மணப்பெண் சந்தோஷமாக ‘சொந்தம் எப்போதும் தொடர்கதைதான் முடிவேயில்லாதது’ என்று பாட்டு பாடியபடியே காரை ஓட்டிக்கொண்டு போகிறார். அபூர்வமான சித்தரிப்பு அது. பொதுவாக கதாநாயகர்கள் இதுபோன்ற காட்சிகளில் நடிக்க

ஒத்துக் கொள்ளவே மாட்டார்கள். அதை மீறி சாவித்திரி அதுதான் கதாபாத்திரத்தின் இயல்பு என்று ஒத்துக்கொள்ளச் செய்திருக்கிறார்.

படத்தின் பெரும்பான்மை காட்சிகளில் சாவித்திரிக்கே ஷாட் முதன்மையாக உள்ளது. ஃப்ரேமின் ஒரு ஓரம்தான் சிவாஜி இடம் பெறுகிறார். கேமிரா நகரும்போதுகூட அது சாவித்திரியை நோக்கியே நகர்கிறது. சிவாஜியின் உடையலங்காரம் முற்றிலும் தெலுங்கு சாயல் கொண்டது. உணர்ச்சிபூர்வமான காட்சிகளை அப்படியே தெலுங்கில் உள்ளது போலவே சாவித்திரி எடுத்திருக்கிறார். ஆனால் சில காட்சிகளைத் தமிழுக்கு ஏற்றபடி மாற்றும்போது அதிக அக்கறை கொள்ளவேயில்லை.

தெலுங்குப் படத்தில் கைதட்டல் பெற்ற பல வசனங்கள் தமிழில் அப்படியே இருக்கின்றன. ஆனால் ஒன்றுகூட தனித்துப் பாராட்டுப் பெறவேயில்லை. ஒரு இயக்குனராகத்தான் நினைத்த படத்தை உருவாக்க முடியவில்லை என்பதை சாவித்திரி நன்றாக உணர்ந்திருக்கிறார். கடன்சுமைகளோடு படத்தை உருவாக்கிய சாவித்திரி 1971ஆம் ஆண்டு தமிழ்ப் புத்தாண்டு அன்று வெளியிட்டார். படம் பெரும் தோல்வியைத் தழுவியது. அதனால் கடனாளியான சாவித்திரி மனநிம்மதி இழந்து அவதிப்படத் துவங்கினார். ஒரு இயக்குனராக படத்தின் தோல்விக்குத் தானே காரணம் என்று ஒப்புக்கொண்ட தோடு, தன்னோடு முரண்பட்ட எவரையும் பற்றி ஒருவார்த்தை அவர் தவறாகப் பேசவேயில்லை.

மதுமதி, மூக மனசுலு இரண்டுமே மறுபிறவிக் கதையின் வெற்றிகரமான இரண்டு படங்கள். இதில் மதுமதி, நெஞ்சம் மறப்பதில்லை என்ற படமாகிப் பெரும் வெற்றிபெற்றது. ஆனால் பிராப்தம் தோல்வியை அடைந்தது. இதே வகைப்பாட்டில் உருவாக்கப்பட்ட ஓம் சாந்தி ஓம் பெரும் வெற்றியைப் பெற்றது.

சாவித்திரி என்ற ஆளுமையின் பன்முகத்தன்மையில் ஒன்று இயக்குனரானது. அதை அவர் சவாலாக எடுத்துக்கொண்டு செய்துகாட்டியிருக்கிறார். பொதுவாக நடிகைகளைக் கவர்ச்சி பொம்மையாகச் சித்தரிக்கும் சினிமா உலகில் கவர்ச்சியின்

நிழல் கூட தன்மீது விழாமல் பார்த்துக் கொண்டதோடு, சினிமாவில் நடிகர்கள் இயக்குனர் ஆனதைப் போல தன்னால் சாதித்துக் காட்ட முடியும் என்று நிரூபணம் செய்தவர் சாவித்திரி. படத்தின் எல்லா குறைபாடுகளுக்கும் முக்கிய காரணம், கசப்புணர்வோடு முக்கிய நடிகர்கள் பணியாற்றியதே.

மனம் வருந்தி வடிக்கும் கண்ணீர் வாளைவிடக் கூர்மையானது. அது தவறுக்குக் காரணமானவர்களை நிச்சயம் தண்டித்துவிடும் என்று நம்பினார் சாவித்திரி. ஆனால் அது அவரது வாழ்நாளில் நடைபெறவேயில்லை. மனவேதனை தாளமுடியாமல் குடித்துக் குடித்து தன்னை உருத்தெறியாமல் சிதைத்துக்கொண்டு மீளமுடியாத துயரச் சின்னமாக இறந்துபோன சாவித்திரி என்ற மகாநடிகையின் வீழ்ச்சியை ஒரு காவியத்துயரம் என்றே சொல்வேன்.

மூக மனசுலு இன்றும் விரும்பிப் பார்க்கப்படுகிறது. ஆனால் பிராப்தம் கைவிடப்பட்ட படமாகவே இருக்கிறது. ஆனால் இந்தப் படத்தின் ஊடாக ஒளிர்விடும் சாவித்திரியின் ஆசைக்காக, கனவுகளுக் காக அதை யாவரும் அவசியம் பார்க்க வேண்டும் என்றே தோன்று கிறது.

சினிமாவின் பகட்டான வெளிச்சம் எப்போதும் வெற்றியின் பக்கமே சுழன்று கொண்டிருக்கிறது. தோற்றும் கைவிடப்பட்டும் போன திரைக்கலைஞர்கள் படம் முடிந்து போன பிறகு மிஞ்சும் வெற்றுத்திரையைப் போல மௌனமாக, கண்ணீர் கறைபடிந்த நினைவுகளோடு இருக்கிறார்கள். சினிமாவின் இத்தனை கோடி ஜனத்திரளில் அது பலராலும் உணரப்படுவதேயில்லை என்பதே கூடுதல் துயரம்.

# சொன்னது நீதானா

**ஊட**கக்கலை பயிலும் மாணவர்களுடன் ஒரு கலந்துரையாடல் நிகழ்விற்காகச் சென்றிருந்தேன். விவாதம் ஹிட்ச்காக் திரைப்படங்களைப் பற்றித் திரும்பியது, 'ஏன் தமிழில் சஸ்பென்ஸ் த்ரில்லர் வகை திரைப்படங்கள் அதிகம் வருவதில்லை?' என்று விவாதிக்க துவங்கியபோது, ஒரு மாணவர் "தமிழில் உங்களுக்குப் பிடித்தமான த்ரில்லர் இயக்குனர் யார்" என்று கேட்டார். "எஸ். பாலசந்தர்" என்று சொன்னேன்.

மாணவர்கள் உடனே கே.பாலசந்தரை நினைவில் கொண்டு "அவர் என்ன த்ரில்லர் படங்கள் எடுத்திருக்கிறார்?" என்று மறுகேள்வி கேட்டார்கள்.

"அந்த நாள்', 'பொம்மை', 'நடு இரவில்', 'கைதி' போன்ற படங்களை இயக்கி நடித்த வீணை எஸ். பாலசந்தர்" என்று சொன்னேன். ஒருவர்கூட அவரது படத்தை அறிந்திருக்கவில்லை. ஊடகக் கலையைப்

பயிலும் மாணவர்கள்கூட அவரை அறிந்திருக்கவில்லையே என்று ஆதங்கமாக இருந்தது.

"மௌனப் படங்களைப்பற்றி உங்களுக்குத் தனிப்பாடம் இருக்கிறதா?" என்று கேட்டேன். "இருக்கிறது. சார்லி சாப்ளின், பஸ்டர் கீட்டன், கிரிபித் என்று பலரையும் படிக்கிறோம். அந்தப் படங்களையும் பார்த்திருக்கிறோம்" என்றார்கள். நூறு ஆண்டுகளுக்கு முந்தைய அமெரிக்க சினிமாவின் சலனப் படங்களை அறிந்துள்ள நம் மாணவர்கள் ஐம்பது ஆண்டு காலத்திற்கு முந்தைய தமிழ் சினிமாவை அறிந்திருக்கவில்லை என்ற முரண் உறுத்திக்கொண்டேயிருந்தது.

நமது முன்னோடிகளை நாம் புறக்கணிக்கிறோம். அவர்களை உதறித் தள்ளிவிட்டு எங்கிருந்தோ நமது அடையாளங்களை உருவாக்கிக் கொள்ள முயற்சிக்கிறோம் என்பதுதான் இன்றுள்ள நமது பிரச்சினை. தமிழ் சினிமாவின் தனித்துவமான இயக்குனர்கள் குறித்து இன்றுவரை விரிவான ஆய்வுகளோ, முறையான கட்டுரைகளோ வெளியாகவே யில்லை. அந்தப் பட்டியலில் தனித்து ஒரு நூலே எழுதுமளவு முக்கியமானவர் இயக்குனர் எஸ். பாலசந்தர்.

அவர் ஒரு நடிகர். இயக்குனர். திரைக்கதை ஆசிரியர். எடிட்டர். இசையமைப்பாளர். தபேலா மற்றும் சிதார், ஷெனாய், வீணை வாசிக்கத் தெரிந்த கலைஞர். புகைப்படக் கலைஞர். பாடலாசிரியர். செஸ் விளையாட்டு வீரர். பாடகர் இப்படி பன்முகத்திறமைகள் கொண்ட அசலான திரைக்கலைஞர்.

சினிமா உலகை உதறிவிட்டு வீணை வாசிப்பில் உலகப் புகழ்பெற்று வீணை எஸ். பாலசந்தர் என்று அறியப்பட்டார். குழந்தை நட்சத்திரமாகத் துவங்கிய அவரது திரைப்பிரவேசம் தமிழ் சினிமாவில் பல்வேறு மாற்றங்களை, சாதனைகளை உருவாக்கியது. அவ்வகையில் அவர் ஒரு முன்னோடி தமிழ் இயக்குனர். இன்று அவரது திரைப்படங்களைப் பார்க்கும்போதும் அவரது கேமிரா கோணங்களும், கதை சொல்லும் முறையும், பாடல்களும், பின்னணி இசையைக் கையாளும் விதமும், உதட்டில் சிகரெட் எப்போதும் எரிந்து கொண்டிருக்க அழகான ஆங்கிலம் பேசும் அவரது ஸ்டைலான நடிப்பும் வியப்பளிக்கின்றன.

சினிமா என்றாலே பாடல்கள் தான் என்று மக்கள் கொண்டாடி வந்த காலத்தில் பாடல்களே இல்லாத அந்த நாள் படத்தை இயக்கியது அவரது சாதனை.

இந்தியாவின் புகழ்பெற்ற இயக்குனர் வி. சாந்தாராம், 1936இல் சீதா கல்யாணம் என்ற படத்தை தமிழில் தயாரித்தார். இதில் எஸ். பாலசந்தரின் குடும்பமே நடித்திருக்கிறது. தசரதனாக நடித்தவர் பாலசந்தரின் அப்பா சுந்தரம் அய்யர். அவரது அண்ணன் எஸ். ராஜம்ராமர் வேஷம். அக்கா ஜெயலட்சுமி சீதையாக நடித்திருக்கிறார். அப்படத்தின் ஒரு காட்சியில் கஞ்சிரா வாசிக்கும் சிறுவனாக பாலசந்தர் நடித்துள்ளார்.

1948ஆம் ஆண்டு மார்ச் மாதத்தில் வெளிவந்த இது நிஜமா என்ற படத்தில், எஸ். பாலசந்தர் கதாநாயகனாக இரட்டை வேடத்தில் நடித்தார். தமிழில் இரட்டை வேடம் இடம் பெற்ற முதல் சமூகப்படம் இதுதான்.

அதைத் தொடர்ந்து சினிமாவில் நடிப்பு, இசை, இயக்கம் என்று வளர்ந்து சிறப்பித்த காரணத்தால் அவருக்கான தனியிடம் கிடைத்தது. தனது சொந்தப்பட நிறுவனமான எஸ்.பி. கிரியேஷன்சைத் தொடங்கி, அவனா இவன், பொம்மை, நடு இரவில் ஆகிய படங்களைத் தயாரித்தார். இதில் பொம்மை, நடு இரவில் ஆகிய திகில் படங்கள் மிகப் பெரிய வெற்றி பெற்றன.

அந்த நாள், பொம்மை, நடு இரவில் ஆகிய மூன்று படங்களையும் தமிழின் முன்னோடி படங்கள் என்றே சொல்வேன். இதில் அந்த நாள் அகிரா குரசோவாவின் ரோஷமான் படத்தின் பாதிப்பில் உருவாக்கப்பட்டிருக்கிறது.

ரோஷமான் போல ஒரு நிகழ்வின் மாறுபட்ட சாத்தியங்களைச் சொல்ல முயன்ற இயக்குனர் அதற்குப் பின்புலமாக யுத்த காலத்தை எடுத்துக்கொண்டது பாராட்டிற்கு உரியது.

இந்தியாவில் தனக்கான அங்கீகாரம் கிடைக்காத ரேடியோ இன்ஜினீயர் ராஜன் (சிவாஜி) ஆத்திரத்தில், அந்நிய நாட்டுக்கு உதவி செய்து, தேசத்துரோகி ஆகின்றான். அவனை அவனது மனைவியே (பண்டரிபாய்) சுட்டுக் கொல்கிறாள் என்ற கதையை ரோஷமானின் கதைக்கு

இணையாகத் தேர்வு செய்து படமாக்கியிருக்கிறார்கள். கதை முன்பின்னாகச் சென்று அவிழும் முறையில் திரைக்கதை உருவாக்கப்பட்டிருக்கிறது.

குறிப்பாக, இந்தப் படத்தில் வரும் சிவாஜியின் எதிர்மறை கதாபாத்திரமான ரேடியோ இன்ஜினீயர் யாரும் நடிக்காத கதாபாத்திரம். அதன் இருண்ட மனநிலையும் கோபமும் மனக்கொதிப்பும் நன்றாகக் காட்சிப்படுத்தப்பட்டிருக்கிறது. அதுபோன்ற கதாபாத்திரம் எதையும் பின்னாளில் சிவாஜி நடிக்கவேயில்லை.

படத்தில் பாடல்களே இல்லை. ரோஷமானின் படத் தொகுப்பைப் போலவே இதிலும் படத்தொகுப்பு மேற்கொள்ளப்பட்டிருக்கிறது. இப்படத்தை இயக்கும்போது எஸ். பாலசந்தருக்கு வயது 27. அன்று சம்பிரதாயமாக நம்பிக்கொண்டிருந்த திரைப்படத்தின் விதிகளைத் தூர எறிந்துவிட்டு மாறுபட்ட அழகியலோடு படத்தை உருவாக்கி யிருக்கிறார் பாலசந்தர்.

இந்தப் படத்தை விடவும் பொம்மை மற்றும் நடு இரவில் படத்தில் அவரது இயக்கமும் பரிசோதனை முயற்சிகளும் கூடுதல் வியப்பளிக்கின்றன.

ஒரே நாளில் நடக்கும் நிகழ்ச்சிகள் தான் பொம்மை படம். 1964இல் வெளிவந்த இப்படத்தில் ஒரு பொம்மைக்குள் வெடிகுண்டை வைத்து ஒருவரைக் கொல்ல முயற்சிக்கிறார்கள். அந்த பொம்மை கைமாறிப் போய்விடுகிறது. அதைத் தேடியலைகிறார்கள் என்ற எளிய கதையைத் தனது திரைக்கதையின் வழியே மிக சுவாரஸ்யமாக்கியிருக்கிறார் பாலசந்தர்.

படத்தின் துவக்கத்தில் மவுத் ஆர்கன் வாசிக்கும் ஒரு காட்சி அறிமுகமாகிறது. அந்த இசை சிலிர்ப்பூட்டக்கூடியது. படத்தின் முக்கிய கதாபாத்திரமாக பாலசந்தரே நடித்திருக்கிறார். அவரது நடிப்பு அலாதியான ஒன்று. முகபாவங்களை வெளிப்படுத்தும் முறையும், நடையில் அவர் காட்டும் நளினமும், பேசும்போது ஸ்டைலான ஆங்கிலம் கலந்து பேசும் முறையும், உடையமைப்பும் யார் சாயலும் அற்ற

தனிவகை நடிப்பாகவே இருக்கிறது. பொம்மை படத்தின் ஆரம்பக் காட்சியில் அவர் நடந்து வந்து தனது சிங்கப்பூர் பயணத்தைப் பற்றிப் பேசும்போதே படம் வித்தியாசமான ஒன்று என்று பார்வையாளர்களுக்குப் புரிந்துவிடுகிறது.

படத்தின் பின்னணி இசை சிறப்பானது. எந்த இடத்தில் இசையே இல்லாமல் நிசப்தமாகிவிட வேண்டும் என்பதை அவர் சரியாக உணர்ந்திருக்கிறார். ஐம்பது ஆண்டுகளுக்கு முந்தைய படங்களில் காணப்படுவதுபோல செயற்கையான பின்னணி இசையில் இருந்து முற்றிலும் மாறுபட்ட இசைக்கோர்ப்பு அவருடையது.

பொம்மை படத்தில் எனக்கு மிகவும் விருப்பமான 'நீயும் பொம்மை நானும் பொம்மை' என்ற ஜேசுதாசின் பாடல் உள்ளது. அதைப் படமாக்கியுள்ள விதம் மிக அழகான ஒன்று. சாலையோரப் பிச்சைக்காரன் பாடும் பாடலது. ஜேசுதாசின் முதல்பாடலது. பாடலின் வரிகள் கதையோடு இணைந்து செல்லும் அதே வேளையில் ஆழ்ந்த துயரத்தின் வெளிப்பாடாகவும் இருக்கிறது. அப்பாடலை ஜேசுதாஸ் பாடும் முறை உன்னதமானது.

பொம்மை படத்தில் ஐம்பது வருடத்தின் முந்தைய சென்னை நகரின் காட்சிகளைக் காண்பது வேடிக்கையாக இருக்கிறது.

கூட்டமேயில்லாத விமான நிலையத்தில் பயணிகளை மலர்க்கொத்து தந்து வழியனுப்ப வந்தவர்கள், அன்றைய டாக்சிகள், அதன் கட்டணம், பரபரப்பில்லாத சாலைகள், அன்றைய பேஷன் உடைகள், உணவகங்கள், சாலையோர மனிதர்கள், சென்னையின் கடந்த காலத்தைக் காண்பது உவப்பாகவே இருக்கிறது.

வழக்கமான டூயட் பாடல் காட்சிகளை ஒருபோதும் பாலசந்தர் பயன்படுத்தவேயில்லை. பி.சுசிலா பாடி விஜயலட்சுமி நடனமாடியுள்ள 'எங்கோ பிறந்த வராம்' பாடலும், 'தத்தி தத்தி நடந்து செல்லும் தங்கபாப்பா' பாடலையும் எஸ்.பாலசந்தர் படமாக்கிய விதம் சிறப்பாக இருக்கிறது. அப்படத்தின் திரைக்கதை அமைப்பு ஓப்பன் சஸ்பென்ஸ் வகையைச் சேர்ந்தது. பார்வையாளர்களுக்கு பொம்மையில் வெடிகுண்டு இருப்பது தெரிந்துவிட்டது. ஆனால் கதாபாத்திரங்களுக்குத் தெரியாது. எந்த நிமிடம் குண்டு வெடிக்கப் போகிறது என்ற சரடை அவர் கையாளும் விதத்தில் திரைக்கதையமைப்பின் உச்சத்தை அழகாக உருவாக்கிக் காட்டுகிறார்.

பொம்மை படத்தின் இறுதிக் காட்சியில் ஷார்ட்ஸ் அணிந்து கொண்டு பாலசந்தர் தனது படத்தில் பணியாற்றிய அத்தனை தொழில்நுட்பக் கலைஞர்களையும் அறிமுகப்படுத்துகிறார். இன்றுவரை யாரும் மேற்கொள்ளாத புதிய முயற்சியது. அந்த வரிசையில் புதிதாக அறிமுகமாகிய ஜேசுதாஸ் வருகிறார். மெலிந்து போய் ஒரு மாணவனைப் போல நிற்கும் அந்த ஜேசுதாஸின் உருவமும் அருகில் நிற்கும் சாந்தமான பி.சுசிலாவும், துடிப்பான எல்.ஆர். ஈஸ்வரியும் காணக்கிடைக்காத காட்சியது.

பொம்மையை விடவும் நடு இரவில் சஸ்பென்ஸ், படத்தின் அத்தனை அம்சங்களையும் கச்சிதமாக உள்ளடக்கியது. 1966ஆம் ஆண்டு வெளியான இந்தப் படத்தில் இரண்டே பாடல்கள் இடம் பெற்றுள்ளன. பொதுவாக திகில் திரைப்படங்களில் கவர்ச்சி நடனம், அசட்டு நகைச்சுவை போன்ற திணிப்புகள் அதிகமிருக்கும். அதுபோன்ற எதுவும் இப்படத்தில் கிடையாது. பிளாக் ஹ்யூமர் எனப்படும் அபத்தம் கலந்த நகைச்சுவை சரியாகப் பயன்படுத்தப்பட்டிருக்கிறது.

உறவுகளை வெறுத்து தனித்தீவு ஒன்றில் வசித்துக் கொண்டிருக்கும், தயானந்தம் (மேஜர் சுந்தர்ராஜன்), மனநலம் பாதிக்கப்பட்ட மனைவி பொன்னியுடன் (பண்டரிபாய்) வாழ்ந்து வருகிறார். தயானந்தத்தின் மருத்துவரும் நண்பருமான சரவணன் (எஸ்.பாலசந்தர்) இன்னும் சில வாரங்களில் தயானந்தம் ரத்தப் புற்றுநோயால் இறந்துவிடுவார் எனச் சொல்வதுடன் படம் துவங்குகிறது.

கோடி கோடியாகப் பணம் நகை, பகட்டான மாளிகை எனச் சொத்துகள் கொண்ட அவருக்கு வாரிசு இல்லை. அத்துடன், பொன்னியை எதிர்காலத்தில் கவனிக்க ஒருவர் வேண்டும் என்பதற்காகவும் தயானந்தம் வெறுக்கும் உறவுகளை, டாக்டர் தீவிற்கு வரவழைக்கின்றார்.

வந்தவர்களில் ஒவ்வொருவராக எதிர்பாராதவிதமாக கொலை செய்யப்படுகிறார்கள். யார் கொலை செய்வது என்ற சஸ்பென்ஸை கடைசிவரை யூகிக்க முடியாமல் செய்வதே திரைக்கதையின் தனிப்பலம்.

ஹிட்ச்காக் பாணியில் கொலைகள் நடைபெறுகின்றன. திகிலூட்டும் காட்சிகளைப் படமாக்கியுள்ள விதம் ஆச்சரியமூட்டுகிறது. குறிப்பாக, நடு இரவில் யாருமே இல்லாமல் பியானோவில் தானாகவே இசை வாசிக்கப்படுதல், காற்றடித்து திரைச்சீலைகள் நகர்ந்து நிழலுருவங்கள் தெரிவது, சாப்பாட்டு மேஜையின் அடியிலேயே கழுத்தை நெறித்துக் கொல்லப்பட்டுக் கிடப்பது, நகைகள் இருக்கும் பீரோவில் எஸ்.என். லட்சுமி பிணமாகக் கிடப்பது என்று காட்சிக் கோணங்களின் வழியே பார்வையாளர்களை நன்றாகவே பயமுறுத்துகிறார்.

பின்னணி இசையின்றி கேமிராவின் நகர்வு நிசப்தமாகச் செல்லும் போது பார்வையாளன் பதைபதைப்பு கொள்ளத் துவங்குகிறான். தொங்கு விளக்கின் கோணத்தில் உச்சியில் இருந்து சகாதேவன் பிணத்தைச் சுற்றி அனைவரும் அழுதுகொண்டிருக்கும் காட்சி படத்தின் ஆதாரப்புள்ளி காட்சிக்கோணங்களே என்பதைச் சுட்டிக் காட்டுகின்றன. படம் வெளியாகி 45 ஆண்டுகளுக்குப் பின்பு இன்று பார்க்கும்போதும் ஒரு காட்சிகூட சலிக்கவேயில்லை என்பதே இதன் தனிச்சிறப்பு.

பறவைக் கோணம்

ரோஷமானின் பாதிப்பு தமிழ் சினிமாவில் அந்த நாள் திரைப்படம் வரை வந்திருக்கிறது. ஷோலே உள்ளிட்ட பல முக்கிய இந்திய திரைப்படங்களில் அகிரா குரசோவாவின் பாதிப்பும் நகலெடுத்தலும் வெளிப்படையாகவே காணமுடிகிறது.

அகிரா குரசோவாவின் படங்கள் உலகம் முழுவதும் அறியப்பட்டதற்கு இன்னொரு காரணம் இருக்கிறது. அது அவரைப்பற்றித் தொடர்ந்து பேசியும் எழுதியும் வந்த டொனால்டு ரிச்சியின் (Donald Richie) பங்களிப்பு. ஜப்பானிய சினிமாவை உலக அரங்கில் கவனம் பெறச் செய்ததற்கு டொனால்டு ரிச்சியே முக்கிய காரணம்.

அகிரா குரசோவாவின் படங்களை அறிந்துகொள்வதற்கு உலகம் முழுவதும் சிபாரிசு செய்யப்படும் ஒரே புத்தகம், டொனால்டு ரிச்சி எழுதிய The Films of Akira Kurosawa.

குரசோவாவின் சினிமாவை எப்படிப் புரிந்துகொள்ள வேண்டும் என்பதை கதை, திரைக்கதை, ஒளிப்பதிவு, படத்தொகுப்பு, நடிப்பு, இசை, படமாக்கப்பட்டபோது எதிர்கொண்ட சவால், படத்தின் பின்புலத்தில் உள்ள வரலாறு மற்றும் தத்துவம், படத்தின் ஊடாக வெளிப்படும் சங்கேதங்கள், குறியீடுகள், படம் குறித்து இயக்குனரின் எண்ணம் மற்றும் கனவுகள் என யாவற்றையும் ஒருங்கிணைத்து விரிவாக எழுதப்பட்ட புத்தகமிது. உலக சினிமாவை விரும்பும் ஒவ்வொருவரும் அவசியம் வாசிக்க வேண்டிய புத்தகமிது. இதை வாசிப்பதன் வழியே சினிமா ரசனையை மேம்படுத்திக் கொள்வதுடன் சினிமா எவ்வளவு வலிமையான ஒரு கலைவடிவம் என்பதையும் அடையாளம் காணமுடியும்.

இந்த ஒரு புத்தகத்தை எழுதுவதற்காகப் பல ஆண்டுகாலம் டொனால்டு ரிச்சி குரசோவாவோடு கூடவே வாழ்ந்திருக்கிறார். தொடர்ந்த உரையாடல்கள், நேரடி கள அனுபவம், விமர்சகர்களின் பங்களிப்பு என்று மூன்று தளங்களில் இருந்தும் இந்தப் புத்தகம் உருவாகியிருக்கிறது. இன்று உலகின் பல்வேறு திரைப்படக் கல்லூரி களில் இந்நூல் பாடமாக வைக்கப்பட்டிருக்கிறது.

1947ல் ஜப்பானிற்கு வேலைதேடி வந்த அமெரிக்கரான டொனால்டு ரிச்சி ஜப்பானிய கலாச்சாரத்தால் கவரப்பட்டு

அதை முழுமையாகக் கற்றுக்கொள்ளத் துவங்கினார். குறிப்பாக, ஜப்பானிய சினிமாமீது அவருக்கு உருவான ஈர்ப்பின் காரணமான பத்திரிகைகளுக்கு திரைவிமர்சனம் எழுதுபவராகச் செயல்படத் துவங்கினார். புகழ் பெற்ற ஜப்பானிய இயக்குனரான ஒசுவின் நட்பால் திரையுல கோடு நெருக்கமான டொனால்டு ரிச்சி, அகிரா குரசோவா, மிஷோகுஷி என்று பலரோடும் நெருக்கமாகப் பழகினார். குரசோவாவின் சில படங்களுக்கு ஆங்கில சப்டைட்டில்களை இவரே உருவாக்கியிருக்கிறார். தனது வாழ்க்கையை ஜப்பானிய சினிமாவை நீக்கிவிட்டுப் பார்த்தால் மிஞ்சுவது பூஜ்யமே என்கிறார்.

சினிமா ரசனையாளராகத் துவங்கி இன்று ஜப்பானிய சினிமாவின் தனிப்பெரும் விற்பன்னராக உயர்ந்திருக்கும் டொனால்டு ரிச்சியினைப் போன்று ஒருவர் இல்லாத வெறுமையே தரமான தமிழ் சினிமாக்களைக்கூட உலக சினிமா அரங்கம் கண்டுகொள்ளாமல் போவதற்கு முக்கிய காரணமாக உள்ளது.

**ஹி**ந்திப் படமொன்றில் ஒரு பாடல் காட்சியைப் படமாக்க ஆறுகோடி செலவிடப்பட்டதாக ஒரு நாளிதழ் செய்தியைப் படித்தேன், தமிழ் சினிமாவிலும் ஒரு பாடலைப் படமாக்க ஐம்பது அறுபது லட்சம் சாதாரணமாகச் செலவிடப்படுகிறது. அரங்க அமைப்புகள், கவர்ச்சிகரமான உடைகள், சேர்ந்தாடும் இளம்பெண்கள் என்று கவர்ச்சியைப் பிரதானப்படுத்தி உருவாக்கப்படும் அந்தப் பாடல்கள் படம் வெளியான ஒரு மாத காலத்திற்குள் பார்வையாளன் மனதில் இருந்து முற்றிலும் மறைந்து போய்விடுகிறது.

ஆனால் எந்தப் பரபரப்பும், கவர்ச்சியும், மின்னல்வெட்டுகளும் இல்லாமல் உருவாக்கப்பட்ட சில பாடல்கள் சினிமா ரசிகனின் மனதில் என்றும் இருந்து கொண்டேயிருக்கிறது. அந்தப் பாடலை ரேடியோவில் கேட்கும்போது கூட பார்வையாளன் மனதில் படத்தின் காட்சிகள் தானே நிழலாடத் துவங்குகின்றன. அப்படியான பாடல்களில் ஒன்றுதான் ‘சொன்னது நீதானா’.

ஸ்ரீதரின் இயக்கத்தில் வெளியான நெஞ்சில் ஓர் ஆலயம் திரைப் படத்தில் இடம் பெற்றுள்ள இப்பாடலுக்கு

இசையமைத்தவர் விஸ்வநாதன் ராமமூர்த்தி. பாடலை எழுதியவர் கண்ணதாசன். பாடியிருப்பவர் பி. சுசிலா. இந்தக் கூட்டணியில் உருவான பல பாடல்கள் வெற்றிகரமானவை.

பாடல்களைப் படமாக்குவதில் ஸ்ரீதரின் பாணி தனித்துவமானது. அவர் எடுத்த ஒரு பாடல் காட்சிகூட சோடைபோனதேயில்லை. மேற்கத்திய இசை மற்றும் நடனங்களில் ஆர்வம் கொண்டிருந்த ஸ்ரீதர் அதைத் தமிழ் சினிமாவிற்கு ஏற்ப உருமாற்றித் தந்திருக்கிறார். துரித இசையும் நடனமும் அவரது விருப்பங்கள். 'விஸ்வநாதன் வேலை வேண்டும்' என்ற காதலிக்க நேரமில்லை படத்தின் பாடலைப் பாருங்கள். அதில் மேற்கத்திய நடனமும் இசையும் அழகாக ஒன்று கலந்திருக்கின்றன.

துரித நடனத்தை விருப்பமாகக் கொண்ட ஸ்ரீதர்தான் 'சொன்னது நீதானா' போன்ற அமைதியான பாடலை, எந்த நடன அசைவுமின்றி, நாலுக்கு எட்டு அளவுள்ள மருத்துவமனையின் அறைக்குள்ளாகவே எடுத்திருக்கிறார். ஒரு பாடல் காட்சி முழுவதும் பாடலின் கதாநாயகனும் நாயகியும் ஒரே இடத்தில் அமர்ந்திருப்பது இதுவே முதன்முறை. வின்சென்டின் கேமிராதான் சுழல்கிறது, நெருங்கிச் செல்கிறது, விலகி நின்று துக்கத்தையும் விம்மலையும் அடையாளம் காட்டுகிறது.

இப்பாடலின் உண்மையான நாயகன் கேமிராதான். அதுதான் பாடலின் ஆதார உணர்ச்சியை வெளிப்படுத்தும் கருவியாக உள்ளது. பாடலின் வரிகளுக்கு ஏற்ப கேமிராவின் கோணங்கள் மாறுபடுகின்றன. கேமிரா நகர்வதற்குக்கூட போதுமான இடமில்லாத அவ்வளவு சிறிய அறையில் எத்தனை ஷாட்டுகள் எடுத்திருக்கிறார்கள் என்பது வியப்பாக இருக்கிறது. வின்சென்ட் மாஸ்டரது சாதனையது.

ஒருவேளை தான் இறந்து போய்விட்டால் மறுமணம் செய்துகொள் என்று சொன்ன கணவனைப் பார்த்துப் பாடும் இந்தப் பாடலின் வரிகள் கதாபாத்திரத்தின் மனப் போராட்டத்தை துல்லியமாக வெளிப்படுத்துகின்றன. பாடலைப் பாடும் சுசிலா உள்ளார்ந்த வேதனையைத் தனது குரலில் அழகாக வெளிப்படுத்துகிறார். தேவிகாவும் முத்துராமனும் நடிகர்கள் என்பது மறந்துபோய் யதார்த்தமான இருவரைப் போலிருக்கிறார்கள். ஒரே குறை, தேவிகாவின் ஒப்பனை. அதுகூட படத்தின் முந்தைய காட்சியில் நியாயப் படுத்தப்படுகிறது.

கேமிராவின் நகர்வுகளால் மட்டுமே பாடலின் ஜீவனைக் கொண்டு வந்துவிட முடியும் என்பதற்கு இப்பாடலே ஒரு முன்னுதாரணம். எத்தனை மாறுபட்ட கோணங்கள். கேமிரா உயர்ந்து மேல்நின்று பார்க்கிறது, கட்டிலுக்கு அடியில் பயணிக்கிறது, குறுக்குக் கம்பிகளின் வழியே பாடும் தேவிகாவை நோக்குகிறது, திறந்து கிடந்த ஜன்னலுக்கு வெளியே நின்று பார்க்கிறது, கண்ணாடியில் தோன்றும் பிம்பத்தைக் காட்டி கடந்து போகிறது, துயரமிக்க தேவிகாவின் முகத்திற்கு மிக அண்மைக்குப் போகிறது, கட்டிலின் மீது அமர்ந்துள்ள முத்துராமனின் நோயுற்ற நிலையைச் சொல்வது போல மெதுவாக அவரை நோக்கித் தளர்வாக நகர்கிறது. படத்தொகுப்பும் கேமிரா கோணங்களுமே பாடலைக் கச்சித மாக்கியிருக்கின்றன.

ஏ.வின்சென்ட் தமிழ் சினிமாவின் சாதனை ஒளிப்பதிவாளர். அவரும் ஸ்ரீதரும் இணைந்து பணியாற்றிய படங்கள் சிறப்பானவை. வின்சென்ட் 'துலாபாரம்' என்ற திரைப் படத்தை இயக்கினார். அந்தப் படம் தேசிய விருது பெற்றது. மலையாள சினிமாவில் வின்சென்ட் புகழ்பெற்ற இயக்குனராகவும் ஒளிப்பதிவாளராகவும் இருந்தவர்.

இப்பாடல் அவரது ஒளிப்பதிவின் ஒப்பில்லாத சாதனை. படப்பிடிப்பு அரங்கில்தான் பாடல் படமாக்கப்பட்டிருக்கிறது. ஒளி பாடலின் ஆதார உணர்ச்சியை எடுத்துக்காட்டுவது போல சற்று கலக்கமாகவும் சில நேரங்களில் தெளிவாகவும் மாறிமாறிப் பிரதிபலிக்கிறது. எந்த தொழில்நுட்ப வசதிகளும் இன்றி மிகக் குறைவான பட்ஜெட்டில் உருவாக்கப்பட்ட பாடலது. பாடலின் வரிகளும் படமாக்கப்பட்ட முறையும் அதைத் தமிழ் சினிமாவின் என்றும் மறக்கமுடியாத பாடலாக்கியிருக்கிறது.

சினிமா என்றாலே பக்கம் பக்கமான முழுநீள வசனங்கள் என்று இருந்த நிலையை மாற்றி அதைக் காட்சி வடிவமாக்கியவர் ஸ்ரீதர். இயக்குனருக்கான படம் ஓடத் துவங்கியது அவரால்தான்.

பாடல் காட்சி என்பது கதைக்குள் பொருந்தி வரவேண்டும். பாடல் வரிகள் கதாபாத்திரத்தின் மனநிலையை வெளிப் படுத்த வேண்டும். அந்த மனநிலையை அடையாளம் காட்டும்படியான இசையமைப்பும் பாடும் குரலும் வேண்டும். அதுதான் பாடலை உருவாக்குவதில் முக்கியம். பத்து கோடி செலவழித்து ஒரு பாடலை எடுத்தாலும் இது போன்ற எளிமையும் உணர்ச்சிகரமும் இல்லாத காரணத்தால் அது தூர எறியப்பட்டுவிடும் என்பதே உண்மை.

இன்றைய சினிமா இயக்குனர்கள் பலரும் மறந்துபோன இந்த நிஜத்தை நினைவுபடுத்திக்கொண்டேயிருக்கிறது என்பதாலே இப்பாடல் மிகவும் முக்கியமானதாக இருக்கிறது.

# கொலையைக் கலையாக்குபவன்

தமிழ் சினிமாவில் கதாநாயகன் என்ற புனித பிம்பத்தை முற்றிலும் மாற்றிய இரண்டு திரைப்படங் கள் மந்திரி குமாரி மற்றும் ரத்தக்கண்ணீர். இரண்டையும் பத்து முறைகளுக்கு மேலாகப் பார்த்திருப்பேன்.

மந்திரிகுமாரி 1950இல் வெளியானது. ரத்தக் கண்ணீர் 1954ஆம் ஆண்டு வெளியாகி உள்ளது. இரண்டின் கதாநாயகர்களும் தன்னுடைய விருப்பத்தின் பாதையில் தன்னை உருவாக்கிக்கொண்டவர்கள். மந்திரிகுமாரியில் வரும் பார்த்திபன் கொலை கொள்ளைகளை விரும்பிச் செய்கிறான். கொலை தனது கலை என்று உரத்துச் சொல்கிறான். ரத்தக்கண்ணீரில் வரும் மோகன் வெளிநாட்டில் படித்து திரும்பிவந்து குடும்பம், சமூகம் இரண்டு தளத்திலும் உள்ள கட்டுப்பாடுகள், ஒழுக்கவிதிகள், மூடநம்பிக்கைகளை எதிர்க்கிறான். கடுமையாகக் கேலி செய்கிறான்.

இருவருமே காதலிக்கிறார்கள். திருமணமும் செய்து கொள்கிறார்கள். திருமணத்தின் பிறகும் அவர்கள் இயல்பு மாறிவிடவில்லை. தொழுநோயுற்றபோதும் மோகன் கடவுளிடம் தஞ்சம் புகவில்லை. அதுபோலவே மந்திரிகுமாரியில் சிறைப்பட்டு மரண தண்டனைக்காகக் காத்திருந்தபோதும் பார்த்திபன் மாறிவிடவில்லை. அவன் பதிபக்தியைக் கேலி செய்கிறான். இந்த இரண்டு கதாபாத்திரங்களும் ஒரே கருத்துருவின் இரட்டையர்களைப் போலவே இருக்கிறார்கள்.

இரண்டு படங்களுமே திராவிட இயக்க கருத்துக்களைத் திரையில் நேரடியாகப் பேசுகின்றன. மதத்தின் பெயரால் நடைபெறும் மூட நம்பிக்கைகளை விவாதிக்கின்றன. அவ்வகையில் திராவிட இயக்க அரசியல் தமிழகத்தில் வேர் ஊன்றச் செய்வதற்கு முக்கிய காரணிகளாக இருந்திருக்கின்றன.

மந்திரிகுமாரி வெளியான அதே காலகட்டத்தில் நாகையா நடித்த ஏழைபடும்பாடு வெளியானது. இந்தப் படம் விக்டர் க்யூகோவின் லே மிசரபிள் நாவலை மையமாகக் கொண்டு உருவாக்கப்பட்டது. அதுவும் ஒரு திருடனைப் பற்றியே பேசுகிறது. அவன் மனம் திருந்திய திருடன். ஏழ்மை அவனைத் திருடச் செய்கிறது. அவன் தனது திருட்டிற்காக மனம் கலங்குகிறான். மீட்சிக்காகப் போராடுகிறான். அவனைத் தமிழ் சமூகம் தனது அடையாளமாக அங்கரிக்கவே யில்லை.

இந்தியாவில் சினிமா அறிமுகமான காலத்தில் இருந்தே புராணங்களும் இதிகாசங்களும்தான் அதன் கதைக்களமாக இருந்திருக்கிறது. அரிச்சந்திரா, சத்யவான் சாவித்ரி, பஸ்மாசுர மோகினி, லங்கா தகனம், பக்த விதுரன், நள தமயந்தி என உருவான மௌனப் படங்கள் இந்திய சினிமாவைக் கோவில்கலைகளில் ஒன்றாகவே மாற்றியிருக்கிறது.

இந்திய மக்கள் திரை அரங்கின் வழியாகவே கடவுள் எப்படிப் பேசுவார், எப்படி நடந்து கொள்வார் என்பதை அறிந்து வைத்திருக்கிறார்கள். சினிமா நாட்டார்மரபில் இருந்த கதைகளையோ அல்லது மக்கள் வரலாற்றினையோ கவனம் கொள்ளவேயில்லை. சமகாலப் பிரச்சினைகளை முதன்மைப்படுத்தவேயில்லை. புராணம் மற்றும் தொன்மம்

சார்ந்த மிகை கற்பனை தன்மையில் இருந்து இந்திய பாப்புலர் சினிமா இன்றுவரை விடுபடவேயில்லை. அந்தக் குறையே இன்றும் சினிமாவை முற்றிலும் வணிகமான ஒன்றாக மாற்றி வைத்துள்ளது.

மௌனப்பட காலத்தில் சினிமா பார்ப்பது பாவம், அது மனித மனதில் தீய எண்ணங்களை உருவாக்கிவிடும் என்ற நம்பிக்கையை மதம் உருவாக்கி மக்களைத் தடுத்து வைத்தது. காலமாற்றத்தில் அதே மதம் கடவுளின் அருட்கதைகள், திருவிளையாடல்களைப் பெருவாரியான மக்களின் நம்பிக்கை வடிவமாக மாற்றுவதற்கும் சினிமாவைப் பயன்படுத்த முயற்சி செய்து வெற்றியும் பெற்றது. தமிழ் சினிமாவும் மத அடையாளங்களுமான உறவும் எதிர்ப்பும் தனித்து விரிவாக அறிய வேண்டிய ஒன்று.

மந்திரிகுமாரி தமிழ் இலக்கிய மரபிலிருந்து உருவான திரைப்படம். ஐம்பெருங்காப்பியங்களில் ஒன்றான குண்டலகேசியே இதன் மூலம். மூன்று தமிழ்க் காப்பியங்கள் பெண்களை முக்கிய கதாபாத்திரமாக கொண்டு உருவாக்கப் பட்டவை. கண்ணகி, மணிமேகலை, குண்டலகேசி ஆகிய மூன்று பெண்களும் தனித்துவமானவர்கள்.

குண்டலகேசி ஒரு பௌத்த காப்பியம். அழிந்துபோன அந்தக் காவியத்தின் பத்தொன்பது பாடல்கள் மட்டுமே இன்று வாசிக்க கிடைக்கின்றன. தேரிகதையில் வரும் புத்த பிக்குணியான குண்டலகேசியின் கதையை அடிப்படையாகக் கொண்டு இக்காப்பியம் உருவாக்கப்பட்டிருக்கிறது. தம்மபதத்தில் இக்கதை பற்றிய குறிப்பு இடம் பெற்றுள்ளது.

திருடர்களை முக்கிய கதாபாத்திரமாகக் கொண்டு கதை சொல்வது இந்திய நாட்டார்கதைமரபில் தொன்று தொட்டு வருகிறது. திருடர்கள் பெரும்சாகசக்காரர்களாகவும், திருடுவதன் மூலம் அவர்கள் ஏழை எளிய மக்களுக்கு உதவி செய்தார்கள் என்றும் நாட்டார்கதைகள் சுட்டிக்காட்டுகின்றன. மனம் திருந்திய திருடனைப் பற்றிய கதைகள் பௌத்த கதைமரபில் காணப்படுகிறது. அந்த வகையின் தொடர்ச்சியே குண்டலகேசி காப்பியம். குண்டலகேசி என்றால் சுருண்ட கூந்தலை உடையவள் என்பதே பொருள்.

குண்டலகேசி காப்பியத்திலிருந்து மந்திரிகுமாரி திரைக்கதை எப்படி மாறிவந்திருக்கிறது என்பதை அறிந்துகொள்ள அதன் காப்பியக் கதையை அறிந்து கொள்வது முக்கியம்.

குண்டலகேசி காப்பியம் திருடனைக் காதலித்த ஒரு இளம்பெண்ணைப் பற்றியது. பூம்புகாரில் உள்ள செல்வமிக்க வணிக குடும்பத்தில் பிறந்த அவள் தோழிகளுடன் பூப்பந்து விளையாடிக் கொண்டிருந்தபோது பந்து தவறிப் போய் சாலையில் சென்று கொண்டிருந்த ஒரு ஆணின் மீது விழுகிறது. குண்டலகேசி குனிந்து பார்க்கும் போது அவனும் திரும்பிப் பார்க்க, முதல் பார்வையில் அவளுக்கு அந்த ஆணைப் பிடித்துப் போய்விடுகிறது. அவன் யாரென விசாரிக்கத் துவங்குகிறாள்.

அவன் பெயர் காளன். அந்த நாட்டு மந்திரியின் மகன் என்றும், அவன் ஒரு திருடன், கொலையாளி, கொள்ளைக்காரன் என்பதால் மரண தண்டனை நிறைவேற்ற கொண்டு போகப்படுகிறான் என்றும் தகவலை அறிகிறாள்.

பெற்ற தந்தையே இந்த தண்டனையை விதித்து அவனைக் கொல்ல அனுமதித்துள்ளார் என்பது அவளை வியப்பூட்டுகிறது. பூம்புகாரில் இந்திரவிழா துவங்கிய நாட்களில் கொலைத்தண்டனை நிறைவேற்ற மாட்டார்கள். ஆகவே அவள் இதைப் பயன்படுத்தி திருடனை விடுவித்து மணம் செய்து கொள்ள ஆசைப்படுகிறாள். மகளின் பிடிவாதத்தைக் கண்ட அவளது தந்தை அரசனிடம் சென்று காளனை விடுவிக்கும்படி கேட்கிறார். அவன் எடைக்கு எடை பொன்னும் எண்பத்தோரு யானைகளும் தந்து காளனை விடுவிக்க வைத்து மகளுக்குத் திருமணம் செய்து வைக்கிறார்.

காளனோடு குண்டலகேசி இன்பமாக வாழத் துவங்குகிறாள். காவிரியில் புதுவெள்ளம் வரும்போது புனலாட அவர்கள் கிளம்புகிறார்கள். காளன் வேண்டுமென்றே குண்டலகேசியின் குங்குமச்சிமிழை எடுத்து ஒளித்து வைக்கிறான். அதைக் காணாமல் தேடி அலைகிறாள் குண்டலகேசி. காளன் வேடிக்கை முடிந்து எடுத்துத் தந்துவிடவே 'உங்கள் கள்ளத்தனம் மாறவேயில்லையே' என்று கேலியாகச் சொல்கிறாள். அது அவன் மனதில் தன்னைக்

குத்திக்காட்டுவதுபோல படுகிறது. தன் கடந்தகாலத்தை அவள் சொல்லிக்காட்டுவதாக நினைத்துக்கொண்டு அவளைக் கோபித்துக் கொள்கிறான்.

வீடு வந்தபோதும் அவன் மனதில் குண்டலகேசியின் வார்த்தைகள் மறையவே யில்லை. மறுநாள் அவளைக் கொல்ல முடிவு செய்து மலை உச்சியில் உள்ள தெய்வத்தை வழிபட துணை வர வேண்டும் என்று அழைத்துப் போகிறான். அங்கே காளன் தன்னைக் கொல்ல முயற்சிப்பதை அறிந்து அவனைத் தந்திரமாகக் கீழே தள்ளிக் கொன்றுவிடுகிறாள் குண்டலகேசி. பிறகு தானும் குதித்து உயிர்விட முயற்சிக்கிறாள். அவளை ஒரு வேடுவப்பெண் தடுத்துக் காப்பாற்றுகிறாள். அதன்பிறகு அவள் பௌத்த சமயத்தில் சேர்ந்து துறவியாகி, பல இடங்களில் தன் அறிவுத் திறனால் வாதிட்டு பௌத்த சமயத்தைப் பரப்பி ஞானம் அடைந்தாள் என்கிறது காப்பியம்.

காப்பியத்தின் சாரத்தை மட்டுமே முதன்மையாகக் கொண்டு திரைக்கதை சுவாரஸ்யமான புனைவை மேற்கொள்கிறது. கலைஞரால் நாடகமாக எழுதப் பெற்று பல ஊர்களிலும் நடத்தப்பட்ட மந்திரிகுமாரியை மாடர்ன் தியேட்டர்ஸ் சுந்தரம் திரைப்படமாக்க முன் வந்தார். ஆகவே, இப்படத்தின் ஆதார வடிவம் மேடை நாடகமே.

முல்லை நாட்டு மன்னரின் மகள் ஜீவரேகாவும் (ஜி. சகுந்தலா) மந்திரியின் மகள் அமுதாவும் (மாதுரிதேவி) தோழிகள். தளபதி வீரமோகனை (எம்.ஜி.ஆர்.) ராஜகுமாரி காதலிக்கிறாள். மன்னரை ஆட்டிப்படைக்கும் ராஜகுருவின் (எம்.என். நம்பியார்) மகன் பார்த்திபன் (எஸ்.ஏ. நடராஜன்) ஒரு திருடன். பகலில் ராஜகுருவின் மகன். இரவில் கொலைக்கு அஞ்சாத கொள்ளைக்காரன். "கொள்ளையடிப்பது ஒரு கலை" என்பது அவன் கொள்கை.

பார்த்திபனை அவனது சுயரூபம் அறியாமல் மந்திரிகுமாரி அமுதா மணக்கிறாள். கொள்ளைக் கூட்டத்தைப் பிடிக்கும் முயற்சியில் வீரமோகன் ஈடுபட்டு, பார்த்திபனைப் பிடித்து அரசவையின் முன் நிறுத்துகிறான். ஆனால், ராஜகுருவின் சூழ்ச்சியால் பார்த்திபன் விடுவிக்கப்பட்டு வீரமோகன் பழிக்கு ஆளாகிறான்.

தன் கணவன் கொள்ளைக்காரன் என்பதை அறிந்த அமுதா அவனைத் திருத்த முயற்சி செய்கிறாள். ஆத்திரத்தில், அவளைத் தீர்த்துக்கட்ட பார்த்திபன் முடிவு செய்து "வாராய் நீ வாராய்" என்று பாட்டுப்பாடி, மலை உச்சிக்கு அழைத்துச் சென்று தள்ளிவிட முயற்சிக்கும்போது அவனைக் கீழே தள்ளி அமுதா கொன்றுவிடுகிறாள். முடிவில் ராஜகுரு சிறைப்படுத்தப்படுகிறார்.

மந்திரிகுமாரியை எல்லிஸ் ஆர். டங்கன் டைரக்ட் செய்தார். அவர் பாதியில் அமெரிக்கா போய்விட்டதால் மீதமுள்ள படத்தை டி.ஆர்.சுந்தரம் இயக்கியிருக்கிறார்.

ராஜகுருவாக வரும் நம்பியாரின் வழியே சனாதன அரசியல் சுட்டிக் காட்டப்படுகிறது. காப்பியக்கதையை அன்றைய தமிழக அரசியல் நிகழ்வுகளின் எதிரொலிப்பு போல உருமாற்றியதே திரைக் கதையின் தனிபலம். கலைஞரின் வசனங்கள் அதற்குக் கூடுதல் துணை செய்கின்றன.

மந்திரிகுமாரியில் தனது முழு ஆளுமையை வெளிப்படுத்தியவர் எஸ்.ஏ. நடராஜன். அவரே திருடன் கதாபாத்திரத்தில் நடித்தவர். 'வாராய் நீ வாராய்' என்ற பாடலின் வழியே அவர் தனது மனைவியைக் கொலை செய்ய அழைத்துப் போகும்போது காட்டும் முகபாவங்கள் அற்புதமானவை.

காப்பியத்தில் இருந்த பௌத்த கூறுகள் திரைப்படத்தில் பெரிதும் அகற்றப்பட்டு அந்த இடத்தில் பிராமண ஆதிக்கமும் அதன் எதிர்ப்பு அரசியலும் முதன்மைப்படுத்தப்பட்டிருக்கிறது. காட்சிப்படுத்தப்பட்ட விதம், நடிப்பு, பாடல்கள், கூர்மையான வசனங்கள் என்று பலவிதங்களிலும் 'மந்திரிகுமாரி' முக்கியமான ஒன்றாக விளங்குகிறது.

குற்றங்கள் என்று அடையாளம் காணப்பட்டவற்றை மறுதலிக்கும் குரலைப் படம் முழுவதும் நாம் கேட்க முடிகிறது.

ஒரு இடத்தில் ராஜகுரு தன்மகனிடம் கொள்ளை அடிப்பதை நிறுத்தச் சொல்கிறார். அவன் பதில் சொல்கிறான்:

"கொள்ளையடிப்பது ஒரு கலை. வில்லில் இருந்து புறப்படும் அம்பு எத்தனையோ உயிர்களைக் குடிக்கிறது. ஆனால், வில்வித்தை என்ற பெயரால், கொலை அங்கே கலையாகிறது. ஓவியக் கலைஞன், பெண்ணின் அங்கங்களை வரைந்து காட்டுகிறான். ஓவியக் கலையின் பெயரால், காமம் அங்கே கலையாகிறது. அதுபோல இதுவும் ஒரு கலைதான்!"

அதைக்கேட்டு ஆதங்கமாக ராஜகுரு சொல்கிறார்: "மகனே, இந்தக் கலையை விட்டுவிடக் கூடாதா?"

அதற்கு பார்த்திபன் உற்சாகமாகப் பதில் சொல்கிறான்:

"கொக்கு மீனைப் பிடிக்காமல் இருந்தால், பாம்பு தவளையை விழுங்காமல் இருந்தால், நானும் என் கலையை விட்டு விடுவேன்."

இப்படிக் கொலையைக் கலையாக்கும் காரசாரமான விவாதம் இன்றைய சமகால உண்மைகளுக்கு நெருக்கமாகவே இருக்கிறது.

நாடகமேடை கதைகளிலும் மௌனப்பட யுகத்திலும் கடவுளின் அவதாரமாக முன்னிறுத்தப்பட்ட கதாநாயகன் என்ற பிம்பத்தை இந்தப் படம் தன்னளவில் முழுமையாகச் சிதறடித்தது. ஒருவகையில் எதிர்நாயகனை முதன்மைப்படுத்தி உருவாக்கப்பட்ட முதல்படம் இதுவே.

ரத்தக்கண்ணீர் கன்னடத்தில் சமீபத்தில் மறுஉருவாக்கம் செய்யப் பட்டு பெரிய வெற்றியைப் பெற்றது. அதுபோலவே மந்திரிகுமாரியை யாராவது மறு உருவாக்கம் செய்ய முற்பட்டால் அது இன்றைய காலத்திற்கும் பொருத்தமான ஒன்றாகவே இருக்கக்கூடும்.

'**கா**லமிது காலமிது... கண்ணுறங்கு மகளே... காலமிதைத் தவற விட்டால்... தூக்கமில்லை மகளே... தூக்கமில்லை மகளே...' என்ற சித்தி திரைப்பாடல் திரையிசைப் பாடல்களில் மிக அபூர்வமான ஒன்று.

இப்பாடலைக் கேட்டுப் பலநேரங்களில் எனது சித்தி அழுவதைக் கண்டிருக்கிறேன். பல இரவுகளில் நானே இதைக் கேட்டு மனம் நழுவிப்போய் கரைந்திருக்கிறேன். ஒரு திரையிசைப் பாடலுக்குள் பெண்ணின் வலியை இவ்வளவு துல்லியமாகப் பதிவு செய்துவிட முடியும் என்பதற்கு இது ஒரு எடுத்துக்காட்டு.

சித்தி திரைப்படம் 1966ல் வெளிவந்தது. இதில் ஜெமினி கணேசன், பத்மினி, எம்.ஆர். ராதா ஆகியோர் நடித்துள்ளனர். இப்படத்தை இயக்கியவர் கே.எஸ். கோபாலகிருஷ்ணன். சித்தி என்றாலே கொடுமைகள் செய்வாள் என்ற பொய்யான பிம்பத்தை மாற்றியது இப்படம். பத்மினியின் நடிப்பு படத்தின் தனிபலம். நாவல் ராணி என்று போற்றப்பட்ட வை.மு. கோதைநாயகியின் கதைதான் இப்படம்.

திரையிசையில் எவ்வளவோ தாலாட்டுப் பாடல்கள் உள்ளன. ஆனால் இந்தத் தாலாட்டு உறங்கும் குழந்தைக்கு மட்டுமானதில்லை, அது உலகெங்கும் உள்ள பெண்களின் மனக்குரலாகவே ஒலிக்கிறது. பாடல் இப்படித் துவங்குகிறது.

    பெண்ணாகப் பிறந்தவர்க்கு
    கண்ணுறக்கம் இரண்டு முறை
    பிறப்பில் ஒரு தூக்கம்
    இறப்பில் ஒரு தூக்கம்
    இப்போது விட்டு விட்டால்
    எப்போதும் தூக்கம் இல்லை
    என்னரிய கண்மணியே
    கண்ணுறங்கு கண்ணுறங்கு

ஆரம்ப வரிகளிலே இது எளிமையான தாலாட்டு இல்லை என்பது புரிந்துவிடுகிறது. பெண்ணாகப் பிறந்தவளுக்கு சிறு வயதில் மட்டுமே நிம்மதியான தூக்கம் கிடைக்கிறது. வயது வளர வளர அவளது தூக்கம் தானாக ஓடிப் போய்விடுகிறது என்பதை அடுத்த வரிகள் அடையாளம் காட்டுகின்றன.

> நாலு வயதான பின்னே
> பள்ளி விளையாடல்
> நாள் முழுதும் பாடச் சொல்லும்
> தெள்ளுதமிழ்ப் பாடல்
> எண்ணிரண்டு வயது வந்தால்
> கண்ணுறக்கம் இல்லையடி
> ஈரேழு மொழிகளுடன்
> போராடச் சொல்லுமடி
> தீராத தொல்லையடி

என பருவ வயதில் தொலைத்த தூக்கத்தைச் சொல்லும் இதே பாடல்

> மாலையிட்ட தலைவன் வந்து
> சேலை தொடும்போது
> மங்கையரின் தேன் நிலவில்
> கண்ணுறக்கம் ஏது...
> கண்ணுறக்கம் ஏது

என இல்லற சுகம் அனுபவிப்பதைச் சொல்லியும் விளக்குகிறது.

> ஐயிரண்டு திங்களிலும்
> பிள்ளை பெறும்போதும்
> அன்னை என்று வந்தபின்னும்
> கண்ணுறக்கம் போகும்
> கண்ணுறக்கம் போகும்
> கை நடுங்கிக் கண் மறைந்து
> காலம் வந்து சேரும்
> காணாத தூக்கமெல்லாம்
> தானாகச் சேரும்
> தானாகச் சேரும்

எனப் பெண்ணின் வாழ்க்கை கணவன், பிள்ளை, குடும்பம் என மற்றவர்களுக்காகத் தூக்கம் பறிபோய்விடுவதை வேதனையோடு பதிவு செய்கிறது.

கண்ணதாசன் வரிகளும் மெல்லிசை மன்னர் எம்.எஸ். விஸ்வநாதன் இசையில்... பி. சுசீலா பாடும் முறையும் இதை மறக்கமுடியாத பாடலாக்கியிருக்கிறது. சினிமா பாடல்களை வெற்றுவரிகளாக்கி காற்றில் கறைபடிய விடும் பாடல்களுக்கு மத்தியில் இப்பாடல் காலத்தை தாண்டியும் மனதை ஈரமாக்கிக் கொண்டேயிருக்கிறது. அதுதான் உண்மையின் வலிமை என்று தோன்றுகிறது.

**ச**த்யஜித் ரே சிறந்த இயக்குனர், சிறந்த இசையமைப்பாளர், சிறந்த ஓவியர் என்பதைப் போலவே சிறந்த திரைக்கலை எழுத்தாளரும்கூட. உலக சினிமா குறித்த அவரது கட்டுரைகளும், சினிமாவின் தொழில்நுட்பம் குறித்த அவரது எண்ணங்களும் மிக முக்கியமானவை. அவரது Our Films, Their Films என்ற புத்தகம் சினிமாவின் நுட்பங்களை அழகாக விவரிக்கிறது. இந்திய சினிமாவினை ரே எப்படி அணுகுகிறார், எது அவரது தனித்துவம், சினிமாவின் அழகியல் எப்படியிருக்க வேண்டும் என்பதற்கு இது ஒரு உதாரணப் புத்தகம். 1976இல் வங்காளத்தில் வெளியான இந்தப் புத்தகம் ஆங்கிலத்தில் 1992இல் வெளியானது. இத்தாலிய நியோரியலிசப் படங்களைப் பற்றிய ரேயின் கட்டுரையும் சாப்ளின் மற்றும் குரசோவா பற்றிய அவரது எண்ணங்களும் வாசித்து விவாதிக்கப்பட வேண்டியவை. சினிமாவின் கருத்தாக்கங்களை அறிந்துகொள்ள விரும்புவோருக்கு இது ஒரு முன்னுதாரணப் புத்தகமாகும்.

A story should have a beginning, a middle, and an end... but not necessarily in that order என்று கோடார்ட் சொல்கிறார், அதுதான் திரைக்கதை எழுதுவதின் அடிப்படை கருத்து. புதிய திரைக்கதையை எழுத விரும்புகின்றவர்கள் அவசியம் பேபல் படத்தின் திரைக்கதைப் பிரதியை ஒரு முறை வாசியுங்கள். அப்போது கோடார்ட் சொன்ன உண்மை நன்றாகவே விளங்கக்கூடும்.

## ரங்கூனில் ஒரு ராணி

1945இல் மாடர்ன் தியேட்டர்ஸ் தயாரித்த பர்மா ராணி படத்தின் டி.வி.டி.யை சிங்கப்பூரில் இருந்து ஒரு நண்பர் வாங்கி அனுப்பியிருந்தார். இந்தப் படம் பற்றி தியடோர் பாஸ்கரன் அவர்கள் ஒரு கட்டுரையில் எழுதியிருந்த நாளில் இருந்தே அதைத் தேடிக் கொண்டிருந்தேன். பர்மா ராணி யுத்தப் பிரச்சாரப் படங்களில் முக்கியமான ஒன்று.

பொதுவாக தமிழ் சினிமாவின் கதைக்களம் தமிழகத்திற்கு வெளியே அமைவதில்லை. அரிதாக ஒன்றிரண்டு திரைப்படங்கள் வெளிநாட்டினைக் கதைக்களமாகக் கொண்டிருந்தாலும் அந்த நாட்டில் வாழும் தமிழ் மக்களின் பிரச்சினைகளைப் பேசுவதேயில்லை. பர்மாவில் இருந்து அகதிகளாகத் தமிழகம் வந்தவர்களைப் பற்றி பராசக்தி துவங்கி பல படங்கள் பேசியிருக்கின்றன.

ஆனால் பர்மாவில் வாழ்ந்த தமிழ் மக்களின் வாழ்வை, சுக, துக்கங்களை, யுத்த

நெருக்கடியைப் பின்புலமாகக் கொண்டு எடுக்கப்பட்ட படம் எதையும் நான் கண்டதில்லை. இலக்கியத்தில் ஹெப்சிபாவின் மானீ, புத்தம் வீடு போன்ற நாவல்களின் இடைவெட்டாக பர்மிய தமிழ் வாழ்க்கை விவரிக்கப்படுகிறது. சாமிநாத சர்மாவின் எனது பர்மிய நடைப்பயணம், பர்மாவில் இருந்து மக்கள் எப்படி தமிழகத்திற்கு நடந்தே வந்தார்கள் என்ற யுத்தகால நெருக்கடியைத் துல்லியமாக எடுத்துக் காட்டுகிறது.

ஆங்கிலத்தில் ஜார்ஜ் ஆர்வெல் பர்மிய வாழ்வை அதிகம் எழுதியிருக்கிறார். காரணம், அவர் அங்கே காவல்துறை அதிகாரியாக வாழ்ந்தவர். அவரது நாவலில் தமிழ்க் கதாபாத்திரங்களும் இடம்பெறுகின்றன.

அந்தவகையில் பர்மா ராணி ஒரு முழுமையான பர்மாவைக் கதைக்களமாகக் கொண்ட படம். இரண்டாம் உலக யுத்த காலத்தில் பிரிட்டிஷ் அரசிற்கு ஆதரவாக இந்தப் படம் உருவாக்கப்பட்டிருக்கிறது.

யுத்த காலத்தில் ஃபிலிம் கட்டுப்பாடு நடைமுறையில் இருந்து வந்தது. ஆகவே பதினோராயிரம் அடிக்கு மேலாக யாரும் படம் எடுக்க முடியாது. பக்கம் பக்கமாக வசனம் பேசிக்கொண்டு, பத்துப் பதினைந்து பாடல்களுடன் இருந்த தமிழ் சினிமா இந்த ஃபிலிம் தட்டுப்பாட்டால் திணற ஆரம்பித்தது. பதினெட்டு ரீல், இருபது ரீல் என்று மூன்று மணிநேரம் ஓடும் திரைப்படத்திற்கு மாற்றாக, ஒரு புதிய சினிமா உருவாக வேண்டிய நெருக்கடி உருவானது. இந்தக் கட்டுப்பாட்டினை எதிர்த்துப் பலரும் போராடியபோதும் பிரிட்டிஷ் அரசு கண்டுகொள்ளவேயில்லை.

பிரிட்டிஷ் அரசின் நிலைப்பாட்டினை ஆதரித்துப் படம் எடுக்கும் கம்பெனிகளுக்கு சலுகைகள் கிடைத்தன. அதன் பொருட்டே பர்மா ராணி உருவாக்கப்பட்டிருக்கிறது.

திருச்செங்கோடு ராமலிங்க சுந்தரம் எனப்படும் டி.ஆர்.சுந்தரம், வசதியான குடும்பத்தில் பிறந்தவர். இவரது தந்தை வி.வி.சி. ராமலிங்க முதலியார் மில்லில் இருந்து நூலை வாங்கி மொத்த விற்பனை செய்து வந்தவர்.

நூல்களுக்கு வண்ணம் சேர்க்கும் தொழில்நுட்பத்தைக் கற்றுக் கொள்ள சுந்தரம் லண்டனுக்குச் சென்று படித்தார்.

லண்டனில் டி.ஆர்.சுந்தரத்துக்கும், கிளாடிஸ் என்ற இளம்பெண்ணுக்கும் காதல் ஏற்பட்டது. அங்கேயே பதிவுத் திருமணம் செய்துகொண்டனர்.

வெள்ளைக்காரப் பெண்ணை மணந்துகொண்டு சேலம் திரும்பிய சுந்தரம் ஜவுளித் தொழிலில் அதிக ஈடுபாடு காட்டாமல் சினிமா தயாரிப்பில் ஈடுபடத் துவங்கினார்.

அந்த நாட்களில் படப்பிடிப்பிற்காக கொல்கத்தா போக வேண்டிய நிலையே இருந்தது. அதை மாற்றி சேலத்திலே சகல வசதிகளும் கொண்ட ஒரு அரங்கினை உருவாக்க முயன்றார் சுந்தரம்.

ஏற்காடு மலையின் அடிவாரத்தில் அப்படி உருவாக்கப்பட்டது தான் மாடர்ன் தியேட்டர்ஸ். 1935ஆம் ஆண்டு இது உருவானது. இதன் முதல் தயாரிப்பு சதி அகல்யா. படத்தின் கதாநாயகி அன்றைய கவர்ச்சிக்கன்னி தவமணிதேவி. படம் மிகப்பெரிய வெற்றி பெற்றது.

மாடர்ன் தியேட்டர்ஸ் நிறுவனம் 250க்கும் மேற்பட்ட ஊழியர் களைக் கொண்டிருந்தது. இங்கே நடிகர், நடிகைகள் உள்ளிட்ட பலரும் மாதச் சம்பளத்திற்குப் பணியாற்றினார்கள். சென்னைக்கு வெளியிலும் சினிமா தயாரிக்க முடியும் என்பதற்கு மாடர்ன் தியேட்டர்ஸ் சிறந்த உதாரணம்.

சுந்தரம் ஹாலிவுட் படங்களையே தனது முன்னோடியாகக் கவனத்தில் கொண்டிருந்தார். அதைப்போலவே அரங்க அமைப்பு மற்றும் நடனம், இசை அமைப்பதில் அதிக ஈடுபாடு காட்டினார்.

கிளப் டான்ஸ், கௌபாய் படங்கள், ஜேம்ஸ்பாண்ட் என்று ஹாலிவுட் சினிமாவின் அதிகபட்ச பாதிப்பை மாடர்ன் தியேட்டர்ஸ் படங்களில் காணமுடியும். ஹாலிவுட் போலவே உலகெங்கும் உள்ள புகழ்பெற்ற கதைகளைப் படமாக்க முயன்றிருக்கிறது மாடர்ன் தியேட்டர்ஸ். அலிபாபா நாற்பது திருடர்கள், ராபின்ஹூட் கதையை மையமாகக் கொண்ட சந்தன வீரன், டுமாஸின் நாவலைத் தழுவிய உத்தமபுத்திரன் என்று அதன் வெற்றிப்படங்களின் கதைகள் செவ்வியல் இலக்கியப் பிரதிகளே.

தன்னுடைய திரைப்படம் அமெரிக்க சினிமாவிற்கு இணையாக இருக்க வேண்டும் என்று விரும்பிய சுந்தரம், எல்லீஸ் ஆர். டங்கன் என்ற ஆங்கில இயக்குனரையும், ஜெர்மனியில் இருந்து வாக்கர், பேய்ஸ் என்ற இரண்டு கேமராமேன்களையும் வரவழைத்துப் பணியாற்றியிருக்கிறார். இவர்கள் மாயக்காட்சிகளை எடுப்பதில் விற்பன்னர்கள்.

இசை, பாடல்கள், டைட்டில் கார்டு போடுவது என்று எல்லாவற்றிலும் பல புதுமைகளைச் செய்தவர் சுந்தரம். இவரது மாடர்ன் தியேட்டர்ஸ் நிறுவனம் நூற்றுக்கும் அதிகமான படங்களைத் தயாரித்திருக்கிறது. தமிழ்நாட்டின் எம்.ஜி.எம். என்று இதைப் பத்திரிகைகள் எழுதியிருக்கின்றன.

தானே படங்களை இயக்கியதுடன் நடிக்கவும் செய்தார் டி.ஆர். சுந்தரம். பர்மா ராணி படத்தில் வில்லனாக, ஜப்பானிய தளபதி வேஷத்தில் ஹிட்லர் மீசையுடன் சுந்தரமே நடித்திருக்கிறார். இந்தப் படத்தை பிரிட்டிஷ் அரசாங்கம் சிறந்த படமாகத் தேர்வு செய்து விருது கொடுத்திருக்கிறது.

பர்மா ராணி படத்தின் தனிச்சிறப்பு, யுத்தப் பிரச்சாரப் படம் என்றபோதும் அதிக வசனங்கள் கிடையாது. மணிரத்னம் படத்தில் இன்று நாம் காண்பது போல நறுக்குத்

தெறித்த வசனங்கள். காட்சிகளுக்கே அதிக முக்கியத்துவம் தரப்பட்டிருக்கிறது. பெரும்பான்மை படம் அரங்கின் உள்ளேயே எடுக்கப்பட்டிருக்கிறது. ஆனால், அரங்கு மிக அற்புதமாக உருவாக்கப்பட்டிருக்கிறது. குறிப்பாக, பௌத்த கோவில் அரங்கு கலைவடிவமைப்பின் உன்னதம்.

அதுபோலவே தமிழ் சினிமாவில் சி.ஐ.டி. என்றாலே எப்போதுமே கதாநாயகர்கள் தானிருப்பார்கள். அதை உடைத்து பிரிட்டிஷ் அரசின் ரகசிய உளவாளி மங்களமாக வருபவர் ராஜகாந்தம். அவரது கதாபாத்திரம் போல வலிமையான கதாநாயகி ஒன்றைத் தமிழ் சினிமாவில் நான் கண்டதேயில்லை. பேச்சும் நடிப்பும் மிடுக்கான நடையும் அவரது கதாபாத்திரத்தை ஒளிரச்செய்கின்றன. செருகளத்தூர் சாமா பௌத்த பிக்குவாக நடித்திருக்கிறார். என்னவொரு சாந்தமான முகம். உணர்ச்சிகளை அவர் வெளிக்காட்டும் விதம் அற்புதம்.

ஜப்பானிய ராணுவத்திடம் பிடிபட்டு சித்ரவதை செய்யப்படும் போராளியாக நடித்திருப்பவர் டி.எஸ். பாலையா. இளவயதில் எவ்வளவு மிடுக்காக இருக்கிறார்! அவரது பேசும் தோரணை அப்படியே இருக்கிறது. புராணப்பட நாயகராக விளங்கிய ஹொன்னப்ப பாகதவர் படத்தின் கதாநாயகர். படத்தில் அவருக்குப் பாடலே கிடையாது. கே.எல்.வி. வசந்தா கதாநாயகி வேஷத்தில் பர்மா ராணியாக நடித்திருக்கிறார்.

ஜப்பானிய ராணுவத்தின் கட்டுப்பாட்டில் இருந்த ரங்கூனில் கதை நிகழ்கிறது. பிரிட்டிஷ் விமானப்படையில் பணியாற்றும் தமிழகத்தைச் சேர்ந்த மூன்று விமானப்படை வீரர்கள் ரங்கூனுக்கு அருகே குதித்து உளவறிய முயற்சிக்கிறார்கள். அவர்களை ஜப்பானிய ராணுவம் தேடுகிறது. காவல் வீரனை அடித்துப் போட்டு மாற்று உடையில் தப்பி ரங்கூனுக்குள் செல்லும் அவர்களுக்கு உதவி செய்கிறார் ஒரு பௌத்த பிக்கு. அவர்கள் பௌத்த ஆலயத்தின் உள்ளே ரகசியமாகத் தங்கிக் கொள்கிறார்கள்.

ஜப்பானிய தளபதி பக்ஜினா அவர்களைத் தேடி போலீஸை அனுப்புகிறான். போலீஸ் வலை வீசித் தேடுகிறது. அதனால் ஒரு விமானப்படை வீரன் ஒளிந்துகொள்ள பர்மா ராணி என்ற பெண்ணின் வீட்டிற்குள் அடைக்கலமாகிறான்.

அவள் உள்ளூர் சிவில் சப்ளை மந்திரியின் மகள். அவள் விமானப்படை வீரனைக் காப்பாற்றுகிறாள். அவர்களுக்குள் காதல் உருவாகிறது.

மறுபக்கம் ஜப்பானிய ராணுவத்தின் சந்தேகப் பட்டியலில் இடம்பெற்றுள்ள பிரிட்டிஷ் உளவாளியான மங்களம் பிரிட்டிஷ் அரசிற்குத் தகவல்கள் அனுப்பிக் கொண்டேயிருக்கிறாள். அவளைக் கைது செய்ய அனுப்பப்பட்ட காவல் அதிகாரியை மயக்கிவிடுகிறாள். அவர்கள் இரு வருக்குமான காதல் உரையாடல் மிகமிக வேடிக்கையானது.

இன்னொரு பக்கம் ஜப்பானிய ராணுவத்தில் கட்டாயமாகச் சேருவதற்குப் பயந்து என்.எஸ்.கிருஷ்ணனும் அவரது நண்பரும் சிறையில் அடைக்கப்பட்டிருக்கிறார்கள். அவர்கள் சிறையில் இருந்து தப்பி தலைமறைவாகிறார்கள். அங்கே ராணுவத்திற்குப் பயந்து, தன் உடலில் பஞ்சை நிரப்பிக்கொண்டு குண்டான பெண்ணாக உணவு விடுதி நடத்தும் மதுரத்தினை அதேபோல வேஷம் போட்டு என்.எஸ். கிருஷ்ணன் திருமணம் செய்துகொள்கிறார். அவர்களின் கல்யாண வேடிக்கை நடக்கிறது. அவர் நான்கு ஜப்பானிய சிப்பாய்களைக் கொல்லும் திட்டம் வாய்விட்டுச் சிரிக்க வைக்கும் உயர்வான நகைச்சுவை.

ஜப்பானிய ராணுவத்தின் பிடியில் சிக்காமல், மங்களத்தின் உதவியால் மூன்று விமானப்படை வீரர்கள் எப்படி இந்தியாவிற்குத் தப்பினார்கள் என்ற சாகசக் கதையை விறுவிறுப்பாகச் சொல்கிறது திரைக்கதை. பர்மிய நடனமும், இசையும் படத்தில் சிறப்பாகப் பயன்படுத்தப் பட்டிருக்கின்றன.

படத்தைப் பார்க்கையில், நிறைய நேரங்களில் சமீபத்தில் நடைபெற்ற இலங்கையின் யுத்தநிகழ்வு நினைவில் வந்து போகிறது. யுத்த காலத்தில் ரங்கூனில் மக்கள் எந்த மனநிலையில் வாழ்ந்தார்கள் என்பதைப் படம் தெளிவாக எடுத்துக் காட்டுகிறது.

ஜப்பானிய ராணுவத்தின் கெடுபிடிகள், அடையாள அட்டை யில்லாமல் போனால் கைது செய்வது, சந்தேகிப்பவர்களை மோசமாகச் சித்ரவதை செய்வது, மந்திரியைக்கூட எந்தக் காரணமும் இல்லாமல் கைது செய்து சிறையில் அடைப்பது,

வழிபாட்டு ஆலயங்களில் கூட வன்முறைகளை நிகழ்த்துவது என்று ஜப்பானியக் கொடுமைகளைப் படம் விரிவாக விளக்கிச் சொல்கிறது.

படத்தில் எனக்கு மிகவும் பிடித்த கதாபாத்திரம், புத்த பிக்குவே. அவரிடம் கதாநாயகன் யுத்த காலத்தில் நீங்கள் துறவி என்று சொல்லி ஒதுங்கிவிட முடியாது என்று சண்டையிடுவதும், காவல்துறை விசாரணையை பிக்கு சந்திக்கும் இடமும், சிறைக்குச் சென்று தலைமை உளவாளி யார் என்று அறிந்து வருவதும் அவரது கதா பாத்திரத்தினை வலிமையானதாக்குகிறது.

டி.ஆர்.சுந்தரம் ஜப்பானிய தளபதி பக்ஜினாவாக நடித்திருக்கிறார். நாம் எல்லோரும் ஆசியர்கள்தானே என்று அவர் குறுக்குத்தனமாகப் பேசும் விதமும், குற்றவாளிகளை விசாரிக்கும் முறையும், சிகரெட்டைப் புகைக்கும் ஸ்டைலும், சாப்ளினை நினைவுபடுத்தும் முகபாவமும் அவரைத் தனி அடையாளமாக்கிக் காட்டுகின்றன.

திரைக்கதை அமைப்பே படத்தின் ஆதார பலம். ஒருகாட்சிகூட தேவையற்ற இழுவையாக இல்லை. கச்சிதமான எடிட்டிங் மற்றும் சாகசப் படங்களுக்கான விறுவிறுப்பூட்டும் இசை, படத்தினை வேகமாக்குகிறது.

உண்மையில் இந்தப் படம் கதாநாயகனை முதன்மைப் படுத்தாதது. கதையில் இரண்டு பெண்களே முக்கியமாக வருகிறார்கள். இப்படியொரு படத்தை அறுபது வருடங்களுக்கு முன்பாகத் தயாரிப்பதற்கு அசாத்தியமான துணிச்சலும், புதியன விரும்பும் தேடுதலும் நிச்சயம் இருக்க வேண்டும்.

டி.ஆர்.சுந்தரம் ஒரு பெர்பெக்ஷனிஸ்ட். ஆகவே படத்தின் ஒவ்வொரு சிறிய விஷயமும் கவனமாக உருவாக்கப்பட்டிருக்கிறது. அதிக மிகையற்ற நடிப்பு, நடிகர்களின் உடல்மொழியைக் கட்டுக்குள்ளாக வைத்திருப்பது, தேவையற்ற தனி காமெடி டிராக்குகளைத் தூக்கியது, காவல்நிலையத்தில் வரும் உப கதாபாத்திரங்கள் கூட வீணடிக்கப்படாமல் பயன்படுத்தியது என்று அவரது ஈடுபாடு முழுமையானதாக யிருக்கிறது.

அதேநேரம் பொழுதுபோக்கு சினிமாவின் பலத்தை நன்றாக அறிந்திருக்கின்ற காரணத்தால் சுந்தரம் நடனத்தையும்

பாடல்களையும் சரியான இடத்தில் இணைத்திருக்கிறார். அதிலும் மங்களம் தன்னிடம் படிக்க வந்துள்ள சிறுவர்களிடம் பாடும் பாடல் மிகுந்த கேலியும் கிண்டலும் நிரம்பியது.

பர்மா ராணியைப் போல பர்மியவாழ்வை முழுமையான கதைக் களமாகக் கொண்ட வேறு தமிழ்ப் படம் இன்றுவரை வெளியாகவில்லை. ஆனால் பட மாக்கப்பட வேண்டிய அவ்வளவு உண்மைச் சம்பவங்கள் அங்கே நிகழ்ந்திருக்கின்றன. இன்று சினிமாவில் நவீன தொழில்நுட்பம் வளர்ந்துள்ள சூழலில் அதுபோன்ற கதைக் களத்தை திரைப்பட மாக்குவது சாத்தியமான ஒன்றே.

சில பாடல்களைக் கேட்கும்போது கூடவே படத்தின் காட்சியும் முழுமையாக நினைவில் தோன்றிவிடும். அப்படியான ஒரு பாடல்தான், ‘செந்தாழம் பூவில் வந்தாடும் தென்றல்’ என்ற முள்ளும் மலரும் படப்பாடல்.

முள்ளும் மலரும் 1978ஆம் ஆண்டு வெளிவந்தது. தமிழ் சினிமாவின் தலைசிறந்த இயக்குனரான மகேந்திரனின் முதல் திரைப்படமது.

உன்னத ஒளிப்பதிவாளர் பாலுமகேந்திரா அவர்களின் ஒளிப்பதிவில் பாடலின் இசையும் காட்சிப்படுத்தப்பட்ட விதமும், தமிழின் சிறப்பாகப் படமாக்கப்பட்ட பாடல் காட்சியாக அதைக் கொண்டாட வைக்கிறது.

தனியே இந்தப் பாடலை ஒரு நேபாள நண்பரிடம் கேட்கச் சொல்லிவிட்டு அதன்பிறகு அந்தப் பாடல் காட்சியைக் காட்டினேன். அவர் பாடல் முடிந்தவுடன் கைதட்டி பாடலின் ஆன்மா அப்படியே படமாக்கப்பட்டிருக்கிறது என்று வியந்து வியந்து பாராட்டினார்.

அந்தப் பெருமை படமாக்கிய இயக்குனர் மகேந்திரன், ஒளிப்பதிவு செய்த பாலுமகேந்திரா, இசையமைத்த இசைமேதை இளையராஜா, பாடலைப் பாடிய ஜேசுதாஸ், பாடலை எழுதிய கண்ணதாசன் அனைவருக்கும் உரியது.

இயக்குனர் மகேந்திரன் அவர்களின் திரைப்படங்களில் பாடல் காட்சிகள் அற்புதமாகப் படமாக்கப்பட்டிருக்கும். பாடல்களை எடுப்பதில் அவர் தனித்த ரசனை கொண்டவர்.

முள்ளும் மலரும் படத்தில் அத்தனை பாடல்களும் அழகாகப் படமாக்கப்பட்டிருக்கின்றன. இதில் இரண்டு மிகவும் சிறப்பானவை. ஒன்று, 'ராமன் ஆண்டாலும் ராவணன் ஆண்டாலும் எனக்கொரு கவலையில்லை'.

இது மலைவாழ் மக்களுடன் இணைந்து ஆடுவது போலவும், துடியேறிய ஆட்ட அசைவுகள், போதையேறிய தாளம் என்று பாட்டு கேட்பவரையும் பார்ப்பவரையும் அள்ளிக்கொண்டு போகக்கூடியது. 'செந்தாழம் பூவில் வந்தாடும் தென்றல் என் மீது மோதுதம்மா' பாடல் அதிலிருந்து மாறுபட்டது. மனதிற்குள்ளாக ஒலிக்கும் ரீங்காரத்தின் வெளிப்பாடுபோல மிக மென்மையாகத் துவங்குகிறது. அந்த ஹம்மிங்தான் பாடலின் ஜீவன். காதலை இவ்வளவு நுட்பமான அழகுணர்வோடு சொன்ன பாடல்கள் குறைவு. ஷோபாவின் பார்வையில் ஒளிரும் வெட்கம், அவரது மெல்லிய சிரிப்பு, ஜீப்பில் பயணம் செய்யும் மற்ற பெண்களின் கண்களில்

தெரியும் கேலி, பாடும் சரத்பாபுவின் பெரிய கண்ணாடி, முன்னால் விழும் கேசம், கள்ளச் சிரிப்பு கொண்ட கண்கள், பாடலின் இசையின் கதியை அப்படியே தனதாக்கிக் கொண்ட கேமிரா கோணங்கள், அசைவுகள், பனிவிலகிய மலையின் பசுமையான காட்சிகள் தெரிவது போல பாடல் அழகாகத் துவங்கி மெல்ல உயருகின்றன. ஜீப்பில் அமர்ந்திருக்கும் பெண்ணின் மூக்குத்தியும் சிவப்பு பொட்டும்கூட காட்சியின் இயல்பை மேம்படுத்துகிறது.

அவர்கள் நடிகர்கள் என்பதே மறந்து போய் உண்மையில் ஒரு மலைப்பயணத்தில் காதலுற்ற இருவரின் மனநிலையை நாம் அருகில் இருந்து காண்பது போலவேயிருக்கிறது. ஷோபா எவ்வளவு சிறந்த நடிகை என்பதற்கு அவர் இதில் காட்டும் உணர்ச்சி ததும்பும் முக பாவங்களே சாட்சி. ஷோபாவின் பெரிய பொட்டு, காதில் கல்வைத்த கம்மல், கம்பியைப் பிடித்துள்ள கையில் உள்ள துடிப்பு, தனக்குள்ளாகவே சிரித்துக்கொண்டு திரும்பும் அழகு, எங்கிருந்தோ ஒரு தேவதை பூமிக்கு இறங்கி வந்து ஜீப்பில் பயணம் செய்வது போலவே இருக்கிறது.

பாடல் வரிகள்கூட மலையில் செல்லும் பயணத்தைப் போலவே அமைந்திருக்கின்றன. பின்னணி இசையோடு கேமிராவும் சேர்ந்து மலையில் பயணம் செய்கிறது. பாட்டின் ஊடே பறவையின் ஓசையொன்று கேட்டு மறைகிறது. தொலைவில் ஆடுகள் மௌனமாகப் புல்வெளியை மேய்ந்து கொண்டிருக்கின்றன. ஜீப்பின் குறுக்கே ஆடுமேய்க்கும் சிறுவன் ஆடுகளை ஓட்டியபடியே கடந்து போகிறான். திட்டுத்திட்டான வெண்மேகங்கள்.

யோசனை தீராத ஷோபாவின் முகம், தன்னைச் சுட்டியே பாடுகிறான் என்று அறிந்துகொள்ளும் நமட்டுச் சிரிப்பு. ஒரு காட்சித் துணுக்கில் ஜீப்பின் பின்புலத்தில் கையில் குடையோடு ஓடிவரும் படப்பிடிப்பு உதவி ஆள்வரை அத்தனையும் ஒன்று சேர்ந்து பாடலை மறக்கமுடியாத ஒன்றாக்கியிருக்கிறது.

இன்று இதுபோல காரில், ஜீப்பில் பயணம் செய்தபடியே பாடும் காதல் பாடல்கள் பலபடங்களில் வந்துவிட்டன.

ஆனால் இந்த எல்லாப் பாடல்களையும் தாண்டி செந்தாழம் பூவில் மட்டுமே இன்றும் மலையின் பாடலாக மனதில் ஒலித்துக்கொண்டேயிருக்கிறது. அந்த மாயவசீகரம் அழிவேயில்லாதது.

புகழ்பெற்ற ஸ்பானிய இயக்குனரான லூயி புனுவலின் (Luis Bunuel) சுயசரிதைப் புத்தகமான My Last Breath: அவரது வாழ்வினை நுணுக்கமாகக் காட்சிப்படுத்தியிருக்கிறது. காது சரியாகக் கேட்காத புனுவல் எப்படி சினிமாவிற்குள் வந்தார், அவரது நண்பர்களின் கூட்டுமுயற்சிகள், சினிமா எடுப்பதில் அவர் அடைந்த அனுபவங்களை மிக கவித்துவமாக விவரிக்கிறது. புனுவலின் அதிக படங்களுக்குத் திரைக்கதை எழுதியவர் ஜீன் கிளாடே கேரியர். இவரோடு இணைந்து இந்தப் புத்தகத்தை புனுவல் எழுதியிருக்கிறார்.

புனுவலின் புத்தகத்திற்குள் டாலி, பிகாஸோ உள்ளிட்ட அவரது சமகால ஓவியர்கள், சாப்ளின் உள்ளிட்ட கலைஞர்கள், சர்ரியலிசம் போன்ற ஓவிய இயக்கம் உருவாக்கிய கலக முயற்சிகள், டாலியோடு உள்ள நட்பு, தொடர்ந்து அவருக்கு வரும் கனவுகள், மூர்க்கமான அவரது மனநிலை என அத்தனையும் விரிவாகப் பதிவாகி உள்ளது.

மத அதிகாரத்திற்கு எதிராகத் தனது திரைப்படங்களில் வலிமையாகக் குரல் கொடுத்தவர் லூயி புனுவல். ஆகவே அவரது படங்களைத் தடை செய்யும்படியாக மத நிறுவனங்கள் தொடர்ந்து வலியுறுத்திக் கொண்டேயிருந்தன. மதம் குறித்த புனுவலின் புகழ்பெற்ற மேற்கோள் ‘I'm an atheist, thank God.’

புனுவல் தனது ஞாபகம் மறந்துபோன அம்மாவைப் பற்றிய நினைவை விவரிப்பது குறிப்பிடத்தக்கது. தனது பிள்ளைகளையே மறந்துபோன அம்மா தன்னை யாரோ ஒரு ஆளைப் போல அருகில் உட்கார வைத்து சிரித்துவிட்டு, பத்திரிகையின் ஒவ்வொரு பக்கத்தையும் கவனமாகப் புரட்டி வியப்போடு பார்க்கும் அந்த நிமிஷத்தை புனுவல் விவரிப்பது நெகிழ வைக்கிறது.

தனது போராட்டமிக்க வாழ்க்கையை, தான் கண்டுணர்ந்த அனுபவங்களை புனுவல் ஒளிவுமறைவின்றி இதில் விவரிக்கிறார்.

இந்த நூல் தமிழில் சா.தேவதாஸ் மொழிபெயர்ப்பில் இரண்டு ஆண்டுகளுக்கு முன்பாக வெளியாகி உள்ளது.

Life without memory is no life at all...our memory is our coherence, our reason, our feeling, even our action.Without it, we are nothing என்பது போன்ற பளிச்சிடும் வாசகங்கள் இந்தப் புத்தகம் முழுவதும் நிரம்பியிருக்கின்றன.

சினிமா மட்டுமில்லை, அதை இயக்குபவர்களின் வாழ்க்கையும் எதிர்பாராத திருப்பங்களாலும், உணர்ச்சிக் கொந்தளிப்புகளாலும் நிரம்பியதே என்பதை வாசகன் உணரமுடிவதே இதன் வெற்றி.

# காதல் கொண்டாலே பயமென்ன?

இந்திய சினிமா வரலாற்றில் மிகச் சிறப்பாகப் படமாக்கப்பட்ட பாடல் எதுவெனக் கேட்டால் யோசிக்காமல் சொல்வேன், மொகலே ஆஜம் படத்தில் வரும் ‘ப்யார் கியா தோ டர்னா க்யா’ என்று. மதுபாலாவின் ஒப்பற்ற அழகும், ஒளிரும் உடைகளும், சுழன்றாடும் நடனமும், நௌஷத்தின் மயக்கும் இசையும், லதா மங்கேஷ்கரின் உணர்ச்சிப் பூர்வமான பாடும் குரலும், திலீப்குமார், பிரித்விராஜ் கபூர் இருவரின் சிறந்த நடிப்பும், மாத்தூரின் உன்னதமான ஒளிப்பதிவும், நடனமாடும் கண்ணாடி மாளிகையை அமைத்த கலைவேலைப்பாடும் என்று அந்தப் பாடல் காலத்தின் அழியாத காவியமாகவே இருக்கிறது.

“திலீப்குமாரின் கண்கள் நடித்தது போல யாருடைய கண்களும் நடித்தது இல்லை” என்று ஒரு நேர்காணலில் கமல்ஹாசன் கூறியிருந்தார். அது மறுக்கமுடியாத உண்மை. திலீப்குமாரின் கண்கள்

நடிப்பதைக் காண வேண்டும் என்றால் ப்யார் கியா தோ டர்னா க்யா போதும். கண்களின் அசைவுகளாலே மனதில் உள்ள காதலை வெளிப்படுத்தும் திலீப்குமாரின் நடிப்பு அபாரமானது.

மொகலே ஆஜமை இருபது தடவைகளுக்கும் மேலாகப் பார்த்திருக்கிறேன். இன்றைக்கும் என் விருப்பமான படங்களில் ஒன்றாக என் மேஜையில் அதன் டிவிடி எப்போதுமிருக்கிறது. மனம் சோர்வுறும் எல்லா தருணங்களிலும் அந்தப் படத்தின் பாடல்களையோ சில காட்சிகளையோ மறுபடி மறுபடி பார்ப்பேன். மழையில் நனைந்து திரிவது போல மனதை முற்றிலும் புத்துணர்வு செய்துவிடும். குறிப்பாக, 'ப்யார் கியா தோ டர்னா க்யா' பாடல் படத்தின் காட்சிக்குப் பொருத்தமாவது போல வாழ்வின் வேறுவேறு தருணங்கள் யாவிற்கும் பொருத்தமான ஒன்றாகவே இருக்கிறது.

காதல் செய்தபின்பு பயம் எதற்கு என்ற ஷகில் புதயானியின் பாடல் வரிகள் உருதுக் கவிதையின் மயக்கமூட்டும் வாசனை கொண்டது. அதிலும் 'ப்யார் கியா ஹே சோரி நஹி கீ' என்ற வரியில் லதாவின் குரல்மேலோங்கி செல்வதைக் கேட்கையில் மனம் உணர்ச்சி கொந்தளிப்பாகிவிடும். எவ்வளவு அற்புதமான வரி பாருங்கள். காதல்தானே செய்தேன், எதையும் களவாடவில்லையே என்று கேட்கும் அனார்கலியின் நியாயம் எவராலும் மறுக்க முடியாதது.

மொகலே ஆஜமை இயக்கிய ஆசிப்பை இந்தியாவின் சிசில் பி டிமிலி என்றுதான் சொல்லவேண்டும். மொகலே ஆஜம் திரையில் உருவாக்கப்பட்ட பிரம்மாண்டமான கனவு.

அக்பரின் ஒரே மகனும் பட்டத்து இளவரசனும் ஆன சலீம் (இவர்தான் பின்னாளில் ஜஹாங்கீர் என்று அழைக்கப்பட்டார்) அரண்மனையின் நடனப் பெண் அனார்கலியைக் காதலிக்கிறார். அந்தக் காதலை அக்பர் எதிர்க்கிறார். காதலுக்காக மன்னரை எதிர்த்துக்கொண்ட சலீம் படை திரட்டி அக்பரை யுத்த களத்தில் சந்திக்கிறான். அக்பர் போரில் வெல்கிறார். அரசிற்கு எதிராக கலகம் விளைவித்ததாகக் குற்றம் சாட்டி சலீமிற்கு மரண தண்டனை விதிக்கிறார் அக்பர்.

மரண தண்டனையை வாபஸ் வாங்குமாறு நாடே கேட்டுக் கொள்கிறது. அதற்கு அனார்கலியைத் திரும்ப ஒப்படைத்தால் இளவரசருக்கு மன்னிப்பு வழங்கப்படும் என்கிறார் அக்பர்.

சலீமுக்கு மரணதண்டனை என்பதைக் கேள்விப்பட்ட அனார்கலி அவராகவே வந்து சரணடைகிறார். மரண தண்டனை மாற்றி அமைக்கப்படுகிறது. சலீமுக்குப் பதிலாக அனார்கலிக்கு மரண தண்டனை விதிக்கப்படுகிறது. உயிரோடு அனார்கலியைக் கல்லறை கட்ட வேண்டுமென்பது கட்டளை.

அனார்கலியிடம் கடைசி ஆசை என்ன என்று கேட்கப் படுகிறது. ஒரு நாளாவது மொகலாயப் பேரரசுக்கு மகாராணியாக இருக்க வேண்டுமென்கிறாள் அனார்கலி. மன்னரும் ஒரு நிபந்தனையுடன் ஒத்துக்கொள்கிறார்.

அதாவது அனார்கலி முதலிரவுக் கொண்டாட்டம் முடிந்து மறுநாள் விடிவதற்குள் சலீமை மயங்கவைத்துவிட்டு மரணதண்ட னைக்குச் சம்மதிக்க வேண்டும் என்பதே நிபந்தனை. அவ்வாறே நடக்கிறது.

சலீம் மயங்கியவுடன் மாமன்னரின் சிறப்பு மெய்க்காவல் படையினர் அனார்கலியை அழைத்துச் சென்று உயிருடன் கல்லறை கட்டுகின்றனர்.

அனார்கலியின் கண்கள் மட்டுமே வெளியே தெரிகிறது. முடிவில் அக்பர் தனது தாதிக்குத் தந்த வாக்குறுதியின்படி அனார்கலி தப்பிப் போக அனுமதிக்கிறார். ஆனால் அனார்கலி இறந்துவிட்டதாக சலீம் மனம் உடைந்து போகிறான். அனார்கலி – சலீமின் காதல் உண்மையான வரலாற்றுச் சம்பவமில்லை. வரலாற்றின் அடிப்படையில் அமைந்த புனைவு.

படத்தின் துவக்கத்தில் அக்பர் பிள்ளை இல்லாக் குறை தீர்க்க, ஆக்ராவில் இருந்து சில மைல்கள் தள்ளி இருக்கும் சிக்ரி குன்றுகளுக்கிடையே ஒரு குடிசையில் வாழ்ந்து வந்த ஷேக் சலீம் சிஸ்டி என்ற சூபி ஞானியிடம் பிள்ளை வரம் கேட்க, தாம் அந்த மணலில் செருப்பின்றி நடந்துசென்றதை அக்பர் நாமாவில் அறியமுடிகிறது. ஷேக் சலீம் சிஸ்டி ஆசியால் பிறந்த குழந்தைதான் சலீம். இது வரலாற்று உண்மை. ஆனால் சலீம் – அனார்கலி கதை கற்பனையானது.

இந்திய சினிமாவிற்கான என்றைக்குமான திரைக்கதைவடிவம் காதலும், குடும்ப எதிர்ப்பும், அதைத் தாண்டி காதலில் வெற்றி பெற ஏற்படும் போராட்டங்களுமாகும். அதே வகைமைக்குள்தான் மொகலே ஆஜமும் அடங்குகிறது. ஆனால், வரலாற்றை வெறும் தகவல்களாக மட்டுமே அறிந்துள்ள பொதுமக்களுக்கு அக்பரும், போர்க்களமும், அன்றைய நடன அரங்குகளும், தர்பாரும், வீரசாகசங்களும் வரலாற்றின் மீதான புதிய ஈர்ப்பை உருவாக்கியது. இன்று வரை அக்பர் என்றாலே பிரித்விராஜ் கபூரின் தோற்றம்தான் நினைவிற்கு வருகிறது. அந்த அளவு கச்சிதமான தேர்வு. பிரித்விராஜ் கபூர் ஒரு பண்பட்ட நடிகர். இப்படத்தில் அவர் அக்பராகவே வாழ்ந்திருக்கிறார் என்பதுதான் நிஜம்.

மொகலே ஆஜம் படத்தைப் பற்றிய வியப்பை விட அதிகமாக வியப்பு தரக்கூடியது, அது உருவாக்கப்பட்ட விதம். அதுவே ஒரு மறக்க முடியாத வரலாறுதான். கே. ஆசிப் உத்தரப் பிரதேசத்தில் பிறந்தவர். மூன்றே படங்களைத்தான் இயக்கியிருக்கிறார். அதில் ஒன்று மொகலே ஆஜம். இதனை உருவாக்க பத்து ஆண்டுகள் செலவழித்திருக்கிறார். 1944இல் ஆரம்பித்த படம் இது. தயாரிப்பாளர் ஷிராஸ் அலி பாகிஸ்தானுக்குக் குடிபெயர்ந்துவிடவே படம் பாதியில் கைவிடப்பட்டது. ஆனால் தனது முயற்சியை ஆசிப் கைவிடவே யில்லை. புதிய தயாரிப்பாளரைப் பிடித்து நடிகர்களை மாற்றி மறுபடியும் படத்தைத் துவக்கினார். ஆறு ஆண்டுகள் படமாக்கப்பட்டது. அதற்குள் ஏகப்பட்ட பிரச்சினைகள். முழுப்படத்தையும் கலரில் படமாக்க விரும்பினார் ஆசிப். ஆனால் அதற்கான செலவு அதிகமாகிவிடும் என்று தயாரிப்பாளர் ஒத்துக் கொள்ளவில்லை. ஆனால் விடாப்பிடியாக மூணு ரீல் கலரில் படமாக்கினார் ஆசிப். அப்படிப் படமாக்கப்பட்ட பாடல்தான் 'ப்யார் கியா தோ டர்னா க்யா.' கண்ணாடி அரங்கில் படமாக்கப்பட்ட இந்தப் பாடலைப் பார்த்த பிறகு ஆசிப் முழுப்படமும் கலரில் இருந்தால் எப்படியிருக்கும் என்று கனவு கண்டுகொண்டிருந்தார். அந்தக் கனவு 2004இல் நிறைவேறியது. பழைய கறுப்பு – வெள்ளைப் படத்தை முழுமையான கலரில் வெளியிட்டார்கள்.

என்னிடம் அதன் கறுப்பு – வெள்ளை மற்றும் கலர் இரண்டு பிரதிகளுமே இருக்கின்றன. கலரில் அந்தப் படத்தைப்

பார்க்கும் அனுபவம் பரவசமூட்டக்கூடியது. தன் வாழ்நாளில் அதை ஆசிப் அடையவேயில்லை.

1962இல் இப்படம் அக்பர் என்ற பெயரில் அப்படியே தமிழ்ப் படுத்தப்பட்டது. இந்தியில் இடம்பெற்ற அதே பாடல்கள் அதே மெட்டில் தமிழுருவம் பெற்றன. 'கனவு கண்ட காதல் கதை சொல்லலாச்சே', 'காதல் கொண்டாலே பயமென்ன' போன்ற பாடல்கள் தமிழிலும் பிரபலமாக விளங்கின.

படத்திற்கு உயிர் தருவது வசனங்கள். கவித்துவமான வசனங்களுக்காகவே இந்தப் படத்தைப் பார்க்கலாம். உருது மொழிக்கே கவித்துவ அம்சமிருக்கிறது. இப்படத்தில் அக்பர் – சலீம் – அனார்கலி என்று மூவரும் போட்டியிட்டுக் கொண்டு கவித்துவமான உரையாடல்களின் வழியே படத்தின் ஆதார உணர்ச்சியை மேலோங்கச் செய்கிறார்கள். இது வெறும் அடுக்குமொழி வசனங்களில்லை. அரசனின் கம்பீரத்தை, வீரத்தைச் சொல்லும் உரத்தமொழியில்லை. மாறாக, அன்பின் வலிமையை, புறக்கணிப்பின் வலியை, உறவின் தடுமாற்றத்தைப் பேசும் வசனங்கள். படத்தின் வசனங்கள் தனித்துப் புத்தகமாக வெளிவந்து இலக்கியப் பிரதியாகவே வாசிக்கப்படுகிறது.

மதுபாலாதான் அனார்கலி. நிஜமாகவே அனார்கலி இப்படித்தான் இருந்திருப்பாள் என்று நம்பும்படியான தோற்றம். அவளது நடையில் காணப்படும் மிடுக்கு, பயமில்லாமல் அக்பரிடம் பேசும் தோரணை, சலீமைக் காதலிப்பதாகச் சொல்லும் தோழியிடம் காட்டும் வெட்கம், சலீமோடு பேசும்போது அடையும் சந்தோஷம், தனக்காக சலீமுக்கு மரணதண்டனை விதிக்கப்பட்டிருக்கிறது என்று அறிந்து பீறிடும் அழுகை என்று மதுபாலாவின் உன்னதமான நடிப்புதான் படத்தின் பெரும்பலம். அப்படி உருகி உருகி மதுபாலா நடித்ததற்கு இன்னொரு காரணமிருக்கிறது. அவர் உண்மையாகவே திலீப்குமாரைக் காதலித்துக் கொண்டிருந்தார்.

திலீப்குமாருக்கு ஜோடியாக நடிக்கத் துவங்கி நான்கு படங்கள் ஒன்றாக நடித்து அவரைக் காதலிக்கத் துவங்கியிருந்தார் மதுபாலா. திலீப்குமாரும் அவரைக் காதலித்தார். அன்றைய திரைஉலகமே அந்தக் காதலைப்பற்றிப் பேசிக்கொண்டிருந்தது.

திரைப்பட விழா ஒன்றுக்காக மதுபாலாவை திலீப்குமார் தனது காரில் அழைத்துக் கொண்டு வந்தது பரபரப்பாகப் பேசப்பட்டது. இந்தக் காதலை மதுபாலாவின் அப்பா ஏற்றுக் கொள்ளவில்லை. ‘நயாதூர்’ படத்திற்காக திலீப்குமாரும் மதுபாலாவும் குவாலியருக்கு ஒரு மாதகாலம் படப்பிடிப்புக்குப் போகவேண்டும் என்பதை மதுபாலாவின் அப்பா ஒத்துக்கொள்ளவில்லை. இது தன் மகளின் காதலை வளர்த்துவிடும் என்று தடை செய்தார். படத்தின் இயக்குனர் சோப்ரா இதைக் கண்டித்து வழக்குத் தொடுக்கப்போவதாகச் சொன்னார். ஆனால் மதுபாலாவின் அப்பா தன் மகள் படத்தில் இருந்து விலகிக்கொள்வதாக அறிவித்தார். புதிய கதாநாயகியாக வைஜெயந்திமாலா ஒப்பந்தம் செய்யப் பட்டார். அப்பாவின் வற்புறுத்தல் காரணமாக திலீப்குமாரை விட்டு விலகினார் மதுபாலா. ஆனால் அவரது காதலை விலக்க முடியவில்லை.

காதல் பிரிவில் மனச்சோர்வு கொண்ட மதுபாலாவைத் திருமணம் செய்துகொள்ள நடிகர்களுக்குள் பெரிய போட்டியே நடந்தது. ஆனால் பிரபல பின்னணிப் பாடகரான கிஷோர்குமாரை மதுபாலா திருமணம் செய்து கொண்டார். கிஷோர்குமார் முன்னதாகத் திருமணம் ஆனவர். மனைவியைப் பிரிந்து வாழ்ந்து கொண்டிருந்தார். மதுபாலா கிஷோரைத் திருமணம் செய்துகொண்டபோதும் மனதில் இருந்து திலீப்குமாரை நீக்க முடியவேயில்லை.

அந்த தருணத்தில்தான் 'மொகலே ஆஜம்' படமாக்கப்பட்டது. அதில் வெளிப்படும் ஒவ்வொரு உணர்ச்சியும் அனார்கலி யுடையது மட்டுமில்லை, காதல் மறுக்கப்பட்ட மதுபாலாவின் மனவெளிப்பாடும் அதுவே. அதே நிலைதான் திலீப்குமாருக்கும். தன்னைவிட இருபது வயது குறைந்த பெண்ணைத் திருமணம் செய்துகொண்ட திலீப் குமாருக்குள்ளும் மதுபாலாவின் மீதான காதல் நெருப்பாக எரிந்து கொண்டேயிருந்தது.

படப்பிடிப்பு நேரங்களில் அவர்கள் மறுபடி காதலித்துவிடாமல் மதுபாலாவின் அப்பா கண்காணித்து வந்தார். மனச்சோர்வு மற்றும் வெறுமையால் மதுபாலா நோயுற்றார். அந்த நோய் இதயவலியை உருவாக்கியது. சிகிச்சைக்காக லண்டன் சென்றார். ஆனால் அறுவை சிகிச்சைக்குப் பிறகும் அவரது உடல் நலமடையவில்லை. தனது 36 வயதில் பாதியில் எரிந்துபோன நட்சத்திரமாக மறைந்து போனார் மதுபாலா.

காதலின் துயரம் நிரம்பிய நாட்களில் மொகலே ஆஜம் படமாக்கப் பட்டது. ஆகவே அனார்கலியாக அவர் தன்னையே உணர்ந்துகொண்டார். காதல் செய்தாலே தவறென்ன என்ற அவரது கேள்வி அக்பரிடம் கேட்டதில்லை, தனது சொந்த தந்தையிடம் கேட்டதுதான்.

வலியும் நோயுமாக மரணப்படுக்கையில் இருந்த மதுபாலா நாள் முழுவதும் 'ப்யார் கியா தோ டர்னா க்யா' பாடலைக் கேட்டுக்கொண்டேயிருந்தார். பல நாட்கள் பாடலைக் கேட்டு விம்மி அழுவதோடு தான் ஒருமுறையாவது திலீப்குமாரைப் பார்க்க முடியாதா என்று அழுதிருக்கிறார். ஆனால் திலீப்குமார் அவரைச் சந்திக்கவேயில்லை. மதுபாலாவின் இறுதி ஊர்வலத்திற்கு திலீப்குமார் வருவார் என்று திரையுலகமே காத்திருந்தது. ஆனால் திலீப்குமார் வரவில்லை. அனார்கலியைப் பறிகொடுத்த சலீமைப் போல மதுபாலாவின் அழியாத காதலை மனதிற்குள்ளாக ஒடுக்கிக்கொண்டு அவளை மரணக்கோலத்தில் காண வராமல் தனிமையில் அழுதிருக்கிறார் திலீப்குமார். காதல்தானே செய்தேன், எதையும் களவாடவில்லையே என்ற வரி அவரது மனசாட்சியின் வார்த்தைகளாகவே மாறியிருக்கின்றன.

அதிக பொருள் செலவில் உருவாக்கப்பட்ட பாடல் அதுவே. அதற்காகச் சுற்றிலும் கண்ணாடிகள் ஒளிரும் மண்டபம்

உருவாக்கப்பட்டது. அதன் நடுவே சுழன்றாடுகிறாள் அனார்கலி. கண்ணாடியில் அவளது பிம்பம் தோன்றி மறைகிறது. ஒரு பக்கம் மாமன்னர் அக்பர், மறுபக்கம் ஆசைக்காதலன் சலீம். இரண்டுக்கும் இடையில் வட்டமிட்டு ஆடி மன்னரிடம் தனது நியாயங்களைக் கேட்கிறாள் அனார்கலி. பாடல் வரிகளின் ஊடே தவிப்புறும் பெண்ணின் விம்மல் கேட்கிறது. எளிமையும் கவித்துவமும் ஒன்றிணைந்த பாடலிது.

காதல் கொண்டாலே பயமென்ன?
உண்மைக் காதல் கொண்டாலே பயமென்ன?
நெஞ்சில் அவர்தன் நினைவேதான் பாடும்
கண்ணில் அவர்தன் கனவேதான் ஆடும்
காதல் கொண்டாலே பயமென்ன?
காதலில் வாழ்தல் காதலில் சாதல்
இல்லால் நான் செய்ய வேறென்ன உண்டு?
காதல் கொண்டாலே பயமென்ன?
அணையாது எந்தன் காதலின் தீபம்.
ஆகாயம் எங்கும் காதலர் ரூபம்
மர்மத் திரையில்லை அல்லா முன்னாலே
மர்மத் திரையில்லை அல்லா முன்னாலே
மனிதர்கள் முன்னால் திரையென்ன?
காதல் கொண்டாலே பயமென்ன?

ஹிந்திப்பாடலை லதாமங்கேஷ்கர் பாடியிருக்கிறார். தமிழில் இதே பாடலை பி. சுசிலா பாடியிருக்கிறார். லதாவின் வசீகரம், அவர் காதலை வெளிப்படுத்த குரலில் காட்டும் மாயம், பாடலைப் படமாக்குவது பெரிய சவாலாக இருந்தது. அக்பர்கால நடன அரங்கினைப் போல பெரிய கண்ணாடி மாளிகை உருவாக்கப்பட்டிருக்கிறது. கேமிரா ஒரு காட்சியில் டாப் ஆங்கிளில் இருந்து ஆடும் அனார்கலியைக் காட்டுகிறது. அப்போது தரையில் வரையப்பட்ட கோலங்களும் அலங்கார வளைவுகளும் அனார்கலியின் உடையலங்காரமும் மிகுந்த ஈர்ப்புடையதாக இருக்கின்றன. கேமிரா கோணங்கள் பாடலின் முக்கிய வரிகளுக்கு ஏற்ப முகபாவங்களை, கண்

அசைவுகளை, கை அசைவுகளை, அக்பரின் உடல்மொழியை வெளிப்படுத்துகின்றன.

அக்பரின் அங்கியில் ஒளிரும் வைரம் வேறு, சலீம் அணிந்துள்ள வைரம் வேறு, மருதாணி அணிந்த அனார்கலியின் கைகள், சிவப்பு நிற உடையை அவள் அணிந்துள்ள விதம், காற்றில் ஆடும் இளந்தளிர் போல வளையும் அவளது உடல், இசைக் கலைஞர்களின் பக்க வாத்தியங்கள், அரண்மனையே அவளது நடனத்தால் மயங்கிக்கிடப் பதை ஒரு காட்சி இடைவெட்டிக் காட்டிப்போகிறது.

எல்லா கண்ணாடிகளிலும் அனார்கலி தோன்றி மறையும் காட்சியைப் படமாக்கும்போது கண்ணாடியில் பிரதிபலிப்பு வருவதைக் கண்டு அதைத் தவிர்க்க வேண்டி அத்தனை கண்ணாடிகளிலும் மெழுகு பூசியிருக்கிறார்கள். அதனால் வேறு பிரதிபலிப்பு இல்லாமல் அனாரின் உருவம் மட்டுமே தோன்றி ஒளிர்கிறது. பாடலின் ஊடாகவே அக்பர் மற்றும் சலீம் இருவரின் இடையில் உள்ள விலகல் அவர்களின் முகபாவங்கள் வழியாகவே வெளிப்படுத்தப்படுகின்றன.

அக்பரின் சாய்மானம், அதன் மேலே உள்ள தங்க அலங்காரங்கள், திரைச்சீலைகள், உயரத்தில் தொங்கும் லாந்தர் விளக்குகள், திரைவிலகி தாளத்துடன் நடனமிடும் அனார் மன்னரை வணங்குகிறாள். அந்த வணக்கத்திலே அவள் எளிதில் அடங்கிப் போகாதவள் என்பது தெரிய வருகிறது. தாமரை இலையில் தண்ணீர் உருண்டு ஓடுவது போலத்தான்

அவளது நடன அசைவுகள் இருக்கின்றன. என்னவொரு லயம், குழைவு, மிதத்தல். ஒரு காட்சிக்கோணத்தில் ஆடும் அனார் நடுவில் இருக்கிறாள். அதன் இரண்டு மூலைகளில் அக்பரும் சலீமும் இருக்கிறார்கள். மொத்த கதையின் ஆதாரமனநிலையை இந்த ஒரு காட்சிக்கோணம் விளக்கிவிடுகிறது. மாத்தூரின் ஒளிப்பதிவு அபாரமானது.

இசையமைப்பாளர் நௌஷத் ஹிந்துஸ்தானி சங்கீதத்தில் வல்லமை கொண்டவர். அவரும் கவிஞர் ஷகீல் புதயானியும் நெருக்கமான நண்பர்கள். ஷகீல் உருதுமொழியில் மிகச்சிறந்த கவிஞர். இந்தப் பாடலை எழுதுவதற்காக அவர்கள் நூறு முறைகளுக்கும் மேலாக திருத்தம் செய்ததாகச் சொல்கிறார்கள். ஷகீல் புதயானியின் பாடல்கள் அத்தனையுமே எளிமையும் உயர்ந்த கவித்துவமும் கொண்டவை. 1960ஆம் ஆண்டு மொகலே ஆஜம் வெளியானது. அன்றிலிருந்து இன்று வரை இந்தப்பாடல் அதற்கான தனியான ரசிகர்களைக் கொண்டிருக்கிறது. மேடை தோறும் இப்பாடல் பாடப்பட்டிருக்கிறது. ஒவ்வொரு திரை ரசிகனும் இதைத் தன் மனதிற்குள் பாடிப்பாடி ரசித்திருக்கிறான். ஆசிப்பின் கனவு எல்லோர் மனதிலும் கரைந்து போயிருக்கிறது.

மொகலே ஆஜமை முழுமையாக கலரில் வெளிக்கொண்டுவர வேண்டும் என்று முயன்றது சினிமா தொழில்நுட்பத்தின் சாதனை. படத்தின் 'டூப்' (dupe), 'நெகடிவ்'வின் கீறல்களை நீக்கி, ஒவ்வொரு பிரேமையும் தனித்தனியாக எடுத்து சுத்தப்படுத்தி, டிஜிட்டல் பிரிண்ட் எடுத்து, கலரைசர் எனப்படும் மென்பொருள் மூலம் பொருத்தமான வண்ணங்களை உறுத்தாமல் சேர்த்து, பிரம்மாண்டமான கலர் படமாக 2004இல் வெளியிட்டார்கள். இப்போதுதான் வெளியான புதுப்படம் போல மொகலே ஆஜம் கலரில் மின்னுகிறது. தற்போது அதன் டிவிடியில் தமிழில் வசனங்களைக் காணும்படியாக வசதியிருக்கிறது. ஆகவே இதுவரை பார்க்காமல் இருப்பவர்கள் அவசியம் மொகலே ஆஜமை ஒரு முறை பார்க்க வேண்டும்.

மதுபாலாவின் வாழ்க்கையை மையமாகக் கொண்டு Khoya Khoya Chand என்றொரு படம் மூன்று ஆண்டுகளுக்கு முன்னால் வெளியானது. இன்றும் மொகலே அஜம்

பார்க்கையில் மதுபாலாவின் நிறைவேறாத காதல் நினைவில் வந்து மோதியபடியே இருக்கிறது. பல்லாயிரம் மக்களை சந்தோஷம் கொள்ளச் செய்த மதுபாலா தன் சொந்த வாழ்வில் துயரத்தின் நிழலாக வாழ்ந்து மறைந்திருக்கிறாள் என்ற நிஜம் பாடலை மீறி மனதைக் கனக்கச் செய்கிறது. மறுபடியும் பாடல் வரியே நினைவில் வந்து போகிறது.

காதல் தானே செய்தாள், எதையும் களவாடவில்லையே...

காதல் இல்லாமல் யாராவது படம் எடுக்கமாட்டார்களா என்ற ஆதங்கம் இன்று பலருக்கும் இருக்கிறது. காதலை முதன்மைப்படுத்தாமல் வெளியான தமிழ்ப்படங்களில் குறிப்பிடத்தக்கது 'ஏழைபடும்பாடு'. இப்படம் 1950ஆம் ஆண்டு வெளிவந்தது. பிரெஞ்சு எழுத்தாளர் விக்டர் ஹியூகோவால் எழுதப்பட்ட 'ஏழைபடும்பாடு' நாவலை தமிழில் சுத்தானந்த பாரதியார் மொழி பெயர்த்திருந்தார். அதே கதையை அடிப்படையாகக் கொண்டு இளங்கோவன் வசனத்தில் வெளியான படமே ஏழைபடும்பாடு.

படத்தை இயக்கியிருப்பவர் ராம்னாத். முக்கிய கதாபாத்திரமான ஜீன்வால் ஜீனாக நடித்திருப்பவர் வி. நாகையா. அவரோடு டி.எஸ். பாலையா, பத்மினி, ராகினி மற்றும் கோபாலகிருஷ்ணன் போன்றோர் நடித்துள்ளனர்.

இப்படத்தின் உருவாக்கம் ஐம்பது வருஷத்திற்கு முந்தைய ஹாலிவுட் படங்களைக் காண்பதுபோல அதே திரைக்கதை அமைப்பு மற்றும் காட்சிக்கோணங்களால் உருவாக்கப் பட்டிருக்கிறது. மெலோ டிராமா வகை படம் என்றபோதும் படத்தின் விறுவிறுப்பு குறையவேயில்லை. படத்தில் இன்ஸ்பெக்டராக நடித்திருப்பவர் ஜாவர் சீதாராமன். அவருக்கும் நாகையாவிற்குமான முரண் அழகாகப் படமாக்கப்பட்டிருக்கிறது.

சித்தூர் நாகையா என அழைக்கப்படும் வி. நாகையா ஒரு சிறந்த நடிகர். தெலுங்குக்காரர் என்பதால் அவரது உச்சரிப்பு அதிகம் தெலுங்குசாயல் கொண்டிருக்கும். துறவி, வயதான தந்தை, விவசாயி, அதிகாரி போன்ற கதாபாத்திரங்களில் அதிகம் நடித்திருப்பவர். அவரது முழுமையான பங்களிப்பிற்கு ஒரே அடையாளமாக

இருப்பது, ஏழைபடும்பாடு திரைப்படம். இப்படத்தில் அவரது நடிப்பு சற்று மிகையானது என்றபோதும் உணர்ச்சிகளை வெளிப்படுத்துவதில் அவர் காட்டும் லாவகம் அழகானது.

‘கேட்டதும் கொடுப்பவனே கிருஷ்ணா கிருஷ்ணா, அழைத்தவர் குரலுக்கு வருவேன் என்றான் கீதையிலே கண்ணன்’ போன்ற பல புகழ்பெற்ற திரையிசை கிருஷ்ணன் பாடல்களைத் திரையில் பாடி மெய்யுருக நடித்தவர். 1953ஆம் ஆண்டில் வெளிவந்த ‘என் வீடு’ தமிழ்த் திரைப்படத்தை இயக்கி நடித்தார். அப்படம் பெரிய தோல்வி யடையவே கடன் சுமையால் அவதிப்பட்டு, சிறுவேஷங்களில் நடித்துக் கடனை அடைக்கப் போராடி இறந்து போனார்.

விக்டர் ஹியூகோவின் ‘லேமிசரபிள்’ நாவல் பலமுறை படமாக்கப்பட்டிருக்கிறது. மூலக்கதையை அதிகம் சிதைக்காமல் அதே நேரம் தமிழ்ச் சூழலுக்கு ஏற்ப அதைப் பொருத்தமாக உருமாற்றியிருப்பது இப்படத்தின் சாதனை.

சினிமா ஒளிப்பதிவாளர்கள் அதிகம் எழுதுவதில்லை. தனது அனுபவங்களை ஒரு சிலரே பகிர்ந்து கொண்டிருக்கிறார்கள். ரோஜர், டிக்கன்ஸ் போன்ற பிரபலமான ஒளிப்பதிவாளர்கள் இணையதளத்தில் தனது ஒளிப்பதிவு முறையை வெளிப்படையாகப் பகிர்ந்து கொள்கிறார்கள். குருதத் படங்களில் பணியாற்றிய வி.கே.மூர்த்தியின் ஒளிப்பதிவு பற்றிய இரண்டு மணிநேர ஆடியோ பதிவு ஒன்று இணையத்தில் கேட்கக் கிடைக்கிறது.

பாலுமகேந்திரா, பி.சி. ஸ்ரீராம், ராஜிவ் மேனன், சந்தோஷ் சிவன், மது அம்பாட் போன்ற முன்னோடி ஒளிப்பதிவு மேதைகள் தங்கள் அனுபவங்களை எழுதினால் அடுத்துவரும் தலைமுறைக்கு அது ஒரு வழிகாட்டுதலாக இருக்கும். அந்த வரிசையில் Writing with Light என்ற Vittorio Storaroவின் புத்தகம் மிக முக்கியமானது. இது ஒளிப்பதிவாளர்களின் பைபிள் என்று புகழ்ந்து சொல்லப்படுகிறது. விட்டோரியோ ஸ்டோரரோ உலக அளவில் மிக முக்கியமான ஒளிப்பதிவாளர். ‘லாஸ்ட் எம்பரர்’, ‘லாஸ்ட் டாங்கோ இன் பாரீஸ்’, ‘கோயா லிட்டில் புத்தா’ போன்ற பல படங்களுக்கு ஒளிப்பதிவு செய்திருக்கிறார். மூன்று முறை ஆஸ்கார் பரிசு

பெற்றிருக்கிறார். இந்தப் புத்தகம் அவரது ஒளிப்பதிவு முறை பற்றியும் அதன் பின் உள்ள அழகியலைப்பற்றியும் பேசுகிறது.

"Writing with Light isn't just a book, it's a lifelong project, to try and understand how much philosophers, painters and scientists all over the world have achieved with their research into the mystery of vision" என்கிறார் விட்டோரியோ ஸ்டோரரோ.

'ஒளி இனிது இருள் இனிது' என்கிறது பாரதியின் வரி. அதன் சுவையைத்தான் விட்டோரியோ ஸ்டோரரோவும் பேசுகிறார். அவ் வகையில் ஒளிப்பதிவில் ஆர்வமுள்ளவர்கள் மட்டுமின்றி, திரைக்கலையைப் பயிலும் அனைவரும் அவசியம் வாசிக்க வேண்டிய புத்தகமிது.

# வாழ்வில் காணா சமரசம்

கடந்த ஏப்ரலில் ஒரு பகல் வேளையில் குருவாயூர் எக்ஸ்பிரஸ் ரயிலில் போய்க் கொண்டிருந்தேன். கூட்டம் அதிகமில்லை. வெயிலேறிய பகல் என்பதால் பயணிகள் கிறங்கிப் போயிருந்தார்கள். யாரும் யாருடனும் பேசிக்கொள்ளவில்லை. கொய்யாப்பழம் விற்ப வனைக்கூட யாரும் கண்டுகொள்ளவில்லை.

அரியலூர் ரயில் நிலையத்தில் சிலர் ஏறினார்கள். ரயில் நின்றதையோ புதிய பயணிகள் ஏறியதையோ யாரும் கவனிக்கவில்லை. ஆனால் ரயில் கிளம்பிய சில நிமிடங்களில் துந்தனா இசைத்தபடியே 'சமரசம் உலாவும் இடமே... என் வாழ்வில் காணா சமரசம் உலாவும் இடமே' என்ற பாடல் வரி ஒலித்தவுடன் அதுவரையிருந்த ரயிலின் அடர்ந்த மௌனம் கலைந்து பாடலின் திசை நோக்கிப் பயணிகள் திரும்பிப் பார்த்தனர்.

ஐந்தடிக்கும் குறைவாக உள்ள ஒரு மனிதன். செங்காவி படிந்த வேஷ்டி கட்டியிருந்தான்.

உடலுக்குப் பொருந்தாத ஒரு சட்டை. ஒடுங்கிய முகம். காதுமடல் வளைந்து போயிருந்தது. கண்ணை இடுக்கிக் கொண்டு கழிப்பறையின் அருகில் சாய்ந்து நின்றுகொண்டு உரத்துப் பாடிக்கொண்டிருந்தான். வெக்கை காற்று குபுகுபுவென அடித்து அவன் சட்டையைப் படபடக்கச் செய்துகொண்டிருந்தது.

அந்தப்பாடலை அதற்கு முன்பு எவ்வளவோ தரம் கேட்டிருக் கிறேன். ஆனால் அன்று அவர் பாடிய விதமும், அதில் இருந்த உணர்ச்சி வெளிப்பாடும் என்னை நெகிழச் செய்துவிட்டது. எனக்கு மட்டுமில்லை. பயணிகள் பெரும்பான்மையினருக்கு அந்தப் பாடலைக் கேட்டதும் வாழ்வின் நிலையாமை பற்றி ஞானம் வந்துவிட்டது போல வேதனையில் ஆழ்ந்து போனார்கள்.

என் முன்னே உட்கார்ந்திருந்த வயதானவர் சாவை எதிரில் கண்டு விட்டவரைப் போல கசியும் கண்ணீரைத் துடைத்தபடியே பேச்சற்று வெயிலைப் பார்த்துக் கொண்டேயிருந்தார். பாடலை முடித்து ஸ்நேகபாவத்துடன் எல்லோரிடமும் பணம் பெற்றுக் கொண்டு அந்த ரயில்பாடகர் நன்றி தெரிவித்தபடியே கடந்து போகையில் ஒரு பயணியின் வேண்டுகோளுக்காக மீண்டும் இரண்டு வரிகளைப் பாடிவிட்டு சென்றார்.

ஆண்டி எங்கே அரசனும் எங்கே,
ஆவி போனபின்பு கூடுவார் இங்கே
ஆகையினால் இது தான் நம் வாழ்வில் காணா
சமரசம் உலாவும் இடமே.

எதிரில் இருந்த வயதானவர் நான் கேட்காமலே சொன்னார்,

"அந்தக் காலத்துப் பாட்டு. ரம்பையின் காதல்ங்கிற படம். தங்கவேலு நடிச்சது. தங்கவேலு எப்பேர்ப்பட்ட நடிகர். அவர் காமெடி மாதிரி வருமா! இந்த ஒரு பாட்டு போதும், தங்கவேலு பேரு என்னைக்கும் இருக்கும்" என்றபடியே நினைவில் ஆழ்ந்து போனார்.

திரையிசைப் பாடல்கள் எளிய மனிதனை அவனது அன்றாட நெருக்கடிகளில் இருந்து ஆறுதல்படுத்துவதில்

பெரும்பங்காற்றுகின்றன. இந்த ஒரு பாடல் மொத்த பயணத்தின் கதியை மாற்றிவிட்டதில்லையா? ஊர்போய் சேர்ந்தும் இப்பாடல் அவர்கள் மனதில் ஒலித்துக்கொண்டே தானிருக்கும். இந்தப்பாட்டினை மறுபடி கேட்பார்கள் அல்லது தனக்குத் தானே பாடிக்கொள்ள விரும்புவார்கள். உண்மையில் ஒவ்வொருவரும் தனக்குப் பிடித்தமான பாடலைப் பாடவே விரும்புகிறார்கள். தடையாக இருப்பது அடுத்தவர் தன்னைக் கேலி செய்வார்களே என்ற பயம்தான்.

மரணத்தைப் பற்றிய உரையாடல்களை, பாடல்களைப் பெரும் பாலும் நாம் பொதுவெளிகளில் தவிர்த்தே வருகிறோம். அது ஒரு பயம். தொட்டவுடன் உடலை அதிரச் செய்துவிடும் பயம். எல்லா வயதினருக்குள்ளும் அது பரவி விடக்கூடியது. ஆனால் வாழ்வின் நிலையாமையைத் தமிழ் இலக்கியம் காலம் காலமாகப் பாடி வந்திருக்கிறது. அதை மெய்ஞானம் என்று எடுத்துக் கொள்கிறோமே யன்றி, உலகியல் வாழ்வின் ஆதார அம்சமே அதுதான் என்று எடுத்துக்கொள்வதில்லை.

சமரசம் உலாவும் இடமே பாடலை ஒருவன் முழுமையாகத் தனக்குள் உள்வாங்கிக்கொண்டுவிட்டால் அவன் தன்னைப் பற்றி யோசிக்க ஆரம்பித்துவிடுவான். தனது இருப்பு, அது சார்ந்த எதிர் வினைகள், போராட்டங்கள் அத்தனையும் மறுபரிசீலனை செய்ய ஆரம்பித்துவிடுவான். நீதி இலக்கியங்கள் இதையே மேற்கொள்ள முயற்சிக்கின்றன. அவற்றைத் தேடிவாசித்து இந்தப் பரவச உணர்வை அடைபவர்கள் குறைவு. ஆனால் எளிமையான பொதுதளத்தில் அதே சாராம்சத்தை ஒரு திரையிசைப் பாடல் வெளிப்படுத்துகிறது. பாடலின் இசையும் சீர்காழி கோவிந்தராஜனின் ஆழ்ந்த குரலும் கேட்பவரை விசும்பச் செய்வதே காலம் கடந்தும் அப்பாடல் அடையும் வெற்றி.

அந்தப் பயணம் முழுவதும் இரண்டு விஷயங்களை நினைத்துக் கொண்டு வந்தேன். ஒன்று தங்கவேலு நடித்த படங்கள். மற்றது, சீர்காழியின் புகழ்பெற்ற பாடல்கள்.

நகைச்சுவையின் ஊடாக சமூகக் கருத்துகளைச் சொன்ன என்.எஸ்.கிருஷ்ணன் பாணியினைத் தனக்கேற்ப சற்று மாற்றிக் கொண்டு இயல்பான கருத்துகளால் தரமான

நகைச்சுவையை உருவாக்கியவர் கே.ஏ.தங்கவேலு. நாடக உலகில் இருந்து சினிமாவிற்கு வந்த அற்புதமான நடிகரவர். அவரது நகைச்சுவைகள் அடி உதை இம்சைகள், இரட்டை அர்த்த வசனங்கள் எதுவுமற்றது.

வசனத்தினைத் தனக்கென ஒரு பாணியில் பேசும் முறையிலும், சொற்களை மாற்றிப் போட்டு வேடிக்கையை உருவாக்கு வதிலும் தங்கவேலு மிகத் திறமையானவர். ஆஹா! ஓஹோ!! பேஷ் பேஷ்!! என்ற வார்த்தைகளை அவர் பயன்படுத்துவது போல இன்னொருவர் சொல்லவே முடியாது. அவரது தனிமுத்திரையது. ‘அடுத்த வீட்டுப் பெண்’ படத்தில் முதியவராக நடிக்கும்போது தள்ளாத வயது, எதையும் தள்ளாத வயது என்று ஒரே சொல்லை மாற்றிப் போட்டுச் சொல்லும்போது அரங்கே அதிர்ந்து போகும். தெய்வப்பிறவி படத்தில் இவர் பாடும் கதாகாலட்சேபத்தை ஒருமுறை கேட்டுப்பாருங்கள். சிரிப்பை அடக்கவே முடியாது.

தங்கவேலு நடித்துள்ள இரண்டு பாடல்கள் என்றும் மறக்க முடியாதவை. அடுத்த வீட்டுப் பெண் படத்தில் ‘கண்ணாலே காதல் பேசிக் கொல்லாதே’ என்ற பாடலும், ரம்பையின் காதல் படத்தில் இடம் பெற்றுள்ள ‘சமரசம் உலாவும் இடமே’ பாடலும் காலத்தால் அழியாத அற்புதமான திரையிசைப் பாடல்கள்.

இரண்டு பாடல்களும் ஒன்றுக்கு ஒன்று முற்றிலும் எதிர்மறை யானவை. ஒன்று, காதல் பாடல். மற்றது, சாவைப்பற்றிய பாடல். ஒன்றில் காதல் உணர்ச்சியைப் பிரதானமாக வெளிக்காட்டும் தங்கவேலு, மற்றொரு பாடலில் வாழ்வின் நிலையாமையைப் புரிந்து கொண்டவரைப் போல தனிமையும் விரக்தியுமாக உணர்ச்சிகளை வெளிக்காட்டி யிருப்பார். தங்கவேலு போன்ற தேர்ந்த நடிகர்களால் மட்டுமே இரண்டிலும் சிறப்பாக வெற்றி பெற முடியும்.

தங்கவேலு பாணியில் இருந்து தேவையானதைத் தனதாக்கிக் கொண்டு உருவானதே கவுண்டமணி நகைச்சுவை. அவர் கூடுதலாக செந்திலை உதைப்பதை இணைத்துக் கொண்டார். சந்தானம் தற்போது கவுண்டமணி விட்ட இடத்தினை முன்னெடுத்துச் செல்பவராகத் தன்னை மாற்றிக் கொண்டிருக்கிறார். மூன்று தலைமுறை நகைச்சுவைக்கும் தங்கவேலுவே ஆதாரமாக இருக்கிறார் என்று சொல்வேன்.

டணால் தங்கவேலு எனப்படும் கே. ஏ. தங்கவேலு நாடக உலகில் பயிற்சி பெற்றவர் என்பதால் சில படங்களில் பெண் வேஷமிட்டு நடிக்கும் காட்சிகளின்போது அப்படியே பெண்களின் அங்க அசைவுகளைத் துல்லியமாகக் கொண்டு வந்துவிடுவார். எம்.ஆர். ராதா போலவே இவரும் தேவைக்கேற்ப பகடியாகத் தன் குரலை மாற்றிக்கொள்ளக் கூடியவர். நகைச்சுவை கதாபாத்திரங்கள் மட்டுமின்றி கதாநாயகனாகவும், முக்கிய கதாபாத்திரங்களாகவும் பல படங்களில் மிகச்சிறப்பாக நடித்திருக்கிறார்.

தங்கவேலுவின் சொந்த ஊர் காரைக்கால். யதார்த்தம் பொன்னுசாமி பிள்ளை நாடகக் குழுவில் பத்து வயதில் நடிக்கத் தொடங்கினார். பிறகு கலைவாணரின் நாடகக் குழுவில் சேர்ந்து நடித்து வந்தார். இவர் நடித்த முதல் படம் எம்.ஜி.ஆர். நடித்த சதிலீலாவதி. அதன்பிறகு என்.எஸ்.கே–வோடு தொடர்ந்து படங்களில் நடித்து வந்தார். ‘சிங்காரி’ படத்தில் டணால்... டணால்... என்ற வார்த்தையை அடிக்கடி கூறி நடித்ததால் டணால் தங்கவேலு என்று ரசிகர்களால் அழைக்கப்பட்டார்.

தங்கவேலு 800–க்கும் அதிகமான படங்களில் நடித்திருக்கிறார். இவரது நடிப்பில் வெளியான படங்களில் இன்றும் ரசிகர்களால் பெரிதாகக் கொண்டாடப்படுவது கல்யாணப்பரிசு படத்தில் டூப் மாஸ்டராக இவர் சொல்லும் மன்னார் அண்ட் கம்பெனி பொய்களே. இப்படத்தின் வருகைக்குப் பிறகு வேலையில்லாமல் அலைந்துகொண்டு பொய் சொல்பவர்களுக்கு பட்டப் பெயராக மன்னார் அண்ட் கம்பெனி என்று அழைப்பது நடந்திருக்கிறது.

அதுபோலவே அறிவாளி படத்தில் முத்துலட்சுமிக்கு சமைக்கக் கற்றுத்தரும் போது ‘அதான் எனக்குத் தெரியுமே’ என்ற நகைச்சுவை காட்சி தமிழ்த் திரைப்படத்தின் சிறந்த நகைச்சுவைக் காட்சிகளில் ஒன்று. தனக்கென தனியே சொந்த நாடகக்குழு வைத்திருந்த தங்கவேலு தனது மனைவி சரோஜாவுடன் இணைந்து ‘பம்பாய் மெயில்’, ‘லட்சுமிகாந்தன்’ போன்ற நாடகங்களை நிகழ்த்தியிருக்கிறார்.

அடுத்த வீட்டுப் பெண் முழுமையான நகைச்சுவைப் படம். இது வங்காளப்படமான பாஹீர் பாடியின் தமிழ்வடிவம்.

தமிழில் தஞ்சை ராமையாதாஸ் வசனம், பாடல்களை எழுதியிருக்கிறார். படத்தின் கதாநாயகன் டி.ஆர். ராமச்சந்திரன். கதாநாயகி அஞ்சலிதேவி, முக்கிய வேஷத்தில் கே.ஏ. தங்கவேலு நடித்திருக்கிறார். இப்படம் தெலுங்கிலும் ஹிந்தியிலும் வெளியாகியிருக்கிறது.

படத்திற்கு இசை அமைத்தவர் ஆதி நாராயணராவ். இவர் அஞ்சலிதேவியின் கணவர். வேதாந்தம் ராகவையா இயக்கிய இந்தப் படத்தின் பாடல்கள் அத்தனையும் பிரபலமானவை.

அடுத்த வீட்டுப் பெண்ணைக் காதலிக்க விரும்பும் நண்பனுக்கு உதவி செய்ய ஒளிந்துகொண்டு தங்கவேலு பாடுவதும் அவருக்குத் துணையாக மூன்று நண்பர்கள் கையில் டிரம்பட், டேப் உள்ளிட்ட வாத்தியக்கருவிகளோடு சேர்ந்து வாசிப்பதும், பாடத்தெரியாத டி.ஆர். ராமச்சந்திரன் அதற்கு வாய் அசைப்பதுமாக இந்தக் காதல் பாடல் மிகுந்த நகைச்சுவையாகப் படமாக்கப்பட்டிருக்கிறது.

அரங்கிற்குள்ளாகவே எடுக்கப்பட்ட பாடலிது. சி. நாகேஸ்வர்ராவ் படத்தின் ஒளிப்பதிவாளர். அஞ்சலி தேவியை அவ்வளவு அழகாக எடுத்திருப்பார். பாடகியான அஞ்சலிதேவியை மயக்குவதற்காக நடக்கும் இந்தக் காதல் நாடகத்திற்கு ஏற்றாற்போல பாடலை எழுதியிருக்கிறார் தஞ்சை ராமையாதாஸ். இந்தப்பாடலில் காதல் துள்ளுகிறது.

காதலின் வெண்நுரை ததும்புவதைப் போல பி.பி.ஸ்ரீனிவாஸ் பாடியுள்ள இந்தப் பாடலின் ஹம்மிங் அழகாகத் துவங்குகிறது. ஒரு பக்கம் அஞ்சலிதேவி, மறுபக்கம் பாடத்தெரியாத டி.ஆர். ராமச்சந்திரன். இரண்டுக்கும் நடுவில் தங்கவேலு, ‘கண்ணாலே பேசிப்பேசிக் கொல்லாதே’ என்ற வரியைப் பாடும்போது தங்கவேலு முகத்தில் வெளிப்படும் காதல் உணர்ச்சியைப் பாருங்கள். என்னவொரு நளினம். பாடல் முழுவதும் தங்கவேலு நம்மைச் சிரிக்க வைக்கிறார்.

அவரது குழுவினர்கள் கையில் கிடைத்ததை வைத்து இசையமைப்பதும், டி.ஆர். ராமச்சந்திரன் பாடத் தெரியாமல் தடுமாறுவதும், பாடலின் இனிமைக்குத் துணை சேர்ப்பதுபோல மெல்லிய காற்று வீசுவதுமாக இப்பாடல் ரம்மியமாக உயர்ந்து சென்று முடிகிறது. பி.பி.ஸ்ரீனிவாஸ்

குரலில் காட்டும் ஜாலம்தான் பாடலின் ஆதார அம்சம். 'மதுவை ஏந்திக் கொந்தளிக்கும் மலரிலே என் மதி மயங்கி வீழ்ந்தேன் உன் வலையிலே' என்ற வரிகளைப் பாடும்போது ஸ்ரீனிவாஸின் குரல் நம்மைத் தேன்குடிக்க வைக்கிறது.

ஆதி நாராயணராவ் தெலுங்குத் திரையுலகில் மிக முக்கியமான இசை அமைப்பாளர். தமிழில் இவர் மணாளனே மங்கையின் பாக்கியம், மங்கையர் உள்ளம் மங்காத செல்வம் போன்ற படங்களுக்கு இசையமைத்திருக்கிறார். இவரது இசையில் உருவான மணாளனே மங்கையின் பாக்கியம் படத்தில் இடம் பெற்றுள்ள 'அழைக்காதே' பாடல் மிகுந்த புகழ்பெற்றது.

'கண்ணாலே பேசிப் பேசிக் கொல்லாதே' என்ற காதல் உணர்ச்சிக்கு முற்றிலும் மாறுபட்டு, பிணங்கள் எரியும் மயானத்தில், சோகம் ததும்பும் இசையோடு வாழ்வின் நிலையாமையைப் பாடும் 'சமரசம் உலாவும் இடமே, நம் வாழ்வில் காணா சமரசம் உலாவும் இடமே' என சீர்காழி கோவிந்தராஜன் குரலில், ஒரு சடைமுடி கொண்ட துறவி பாட, சோர்ந்து விரக்தியுற்ற தோற்றத்தில் தங்கவேலு கேட்கும் அப்பாடல் ரசிகர்களைக் கண்ணீர்விட வைத்தது.

ரம்பையின் காதல் புராணக் கதை. இந்தப் படம் 1956ல் வெளியானது. படத்தின் இசையமைப்பாளர். டி.ஆர். பாப்பா. இந்தப் பாடலை எழுதியிருப்பவர் மருதகாசி. வாழ்வின் நிலையாமையைச் சொல்லும் அருமையான பாடலது. சித்தர் பாடல்களின் மரபில் எழுதப்பட்டது போன்றுள்ளது.

ஜடாமுடி கொண்ட துறவி மயானத்தில் எரியும் பிணத்தைப் பார்த்தபடியே பாடும் பாடலிது. கையில் பூமாலை ஒன்றை வைத்து உதிர்த்தபடியே தன்னை மறந்து, விரக்தியும் வேதனையுமாக தங்கவேலு பாடலைக் கேட்டுக் கொண்டிருக்கிறார். எரியும் புகை, ஒளிரும் பனைமரங்கள், வானில் தோன்றியுள்ள நிலவு, மரங்களின் சலனமுறும் நிழல்கள் எனப் பாடலைப் படமாக்கியுள்ள விதமும், பாடும் சீர்காழியின் குரலும் பாடலை மனநெகிழ்ச்சி கொள்ள வைக்கிறது.

Rambaiyin Kathal

ஆண்டி எங்கே அரசனும் எங்கே
அறிஞன் எங்கே அசடனும் எங்கே
ஆவி போன பின் கூடுவார் இங்கே
ஆகையினால் இது தான் நம் வாழ்வில் காணா
சமரசம் உலாவும் இடமே
நம் வாழ்வில் காணா சமரசம் உலாவும் இடமே'

என்ற வரிகளின்போது பாடலைக் கேட்டுக்கொண்டிருக்கும் தங்கவேலு வின் உடல் அதிர்ந்து சிறிய விம்மல் ஒன்று எழுந்து அடங்குகிறது. பாடலில் தன்னைக் கரைத்துக் கொண்டுவிட்ட நடிகரால் மட்டுமே அதுபோன்ற உணர்ச்சியை வெளிப்படுத்த முடியும். கையில் உதிர்ந்த பூமாலையோடு மயானத்தில் ஏற்றிவைக்கப்பட்ட மாடவிளக்கின் முன்னால் உட்கார்ந்துள்ள தங்கவேலுவின் சோகச்சித்திரம் மறக்கவே முடியாதது.

இன்றுள்ள சினிமா பார்வையாளனுக்கு ஏழாம் அறிவுதான் தெரியும், ஏழாவது மனிதனை நிச்சயம் தெரிந்திருக்காது. தமிழ் சினிமாவின் மாற்றுமுயற்சிகளில் முக்கியமானது 'ஏழாவது மனிதன்' திரைப்படம். ரகுவரன் இப்படத்தில்தான் கதாநாயகனாக அறிமுகமானார். கே. ஹரிஹரன் இயக்கத்தில்

1982–ல் வெளிவந்து, சிறந்த தமிழ்த் திரைப்படத்துக்கான தேசிய விருதைப் பெற்ற படமிது. ஏழாவது மனிதன் படத்துக்கு இசையமைத்தவர் எல். வைத்யநாதன். முழுக்க முழுக்க பாரதி பாடல்களுடன் வெளியானது.

ஹரிஹரனின் இப்படம் சுற்றுச்சூழல் சார்ந்த பிரச்சினைகளைப் பேசும் முக்கியமான படம். சில மாதங்களுக்கு முன்பு தமிழ் ஸ்டூடியோ நடத்திய குறும்பட வட்டத்தில் இயக்குனர் ஹரிஹரன், படம் உருவானதன் பின்புலத்தை சுவாரஸ்யமாகப் பகிர்ந்து கொண்டார்.

“ஏழாவது மனிதன் நான் இயக்கிய முதல் படம். முதலில் இந்தப் படம் எடுக்கும் திட்டம் இல்லை. 1981ஆம் ஆண்டு பாரதி நூற்றாண்டு. அதனை முன்னிட்டு பாரதி பற்றி படம் எடுக்க பாளை. சண்முகம் விரும்பினார். முதலில் பாரதிப் பாடல்களைப் பதிவு செய்தோம். பிறகு பாரதி பற்றிய ஆராய்ச்சியில் பல விஷயங்கள் பொது வெளியில் சொல்ல முடியாததாக இருந்தது. பாரதி ஒரு அதீத மனோவேகம் கொண்ட பித்த நிலை கலைஞராக இருந்தார்.

பாரதி பற்றிய உண்மைகளைப் புறம்தள்ளிவிட்டுப் படம் எடுக்க எனக்கு விருப்பமில்லை. பாரதி நூற்றாண்டு கொண்டாட்டத்தின்போது இதுபோன்ற படம் வெளி வர வேண்டாம் என முடிவு செய்தோம். பிறகு பாளை. சண்முகம் ஒரு போராட்ட குறிப்புகளைக் கொடுத்துப் படிக்கச் சொன்னார். அது இண்டியா சிமெண்ட் கம்பெனிக்கு எதிராக சுற்றுச்சூழல் சார்ந்தது. பாளை. சண்முகம் போராடியதன் குறிப்புகள். இந்தியாவின் முதல் சுற்றுச்சூழல் சார்ந்த போராட்டம் அது. அதிலிருந்து உருவானதுதான் ஏழாவது மனிதன் திரைப்படம்.

பாரதியின் எத்தனையோ பாடல்கள் பல திரைப்படங்களில் ஒலித்துள்ளன. ஆனால் ஏழாவது மனிதன் பாடல்களுக்கு நிகராக அவற்றைச் சொல்ல முடியவில்லை. இன்று கேட்கும்போதும் அதன் ஈர்ப்பும் தனித்துவமும் நம்மை உத்வேகம் கொள்ளவே செய்கிறது.”

அகிரா குரசேவா படங்களைப் பற்றி ஆராய்ந்து பேசுவதில் சிறப்பு வல்லுனரான இயக்குனர் ஹரிஹரன் தற்போது

பிரசாத் திரைப்பட அகாதமியின் இயக்குனராகச் செயல்பட்டு வருகிறார்.

**சி**னிமா கோட்பாடுகளை உருவாக்குவதிலோ, அது குறித்து விவாதிப்பதிலோ இந்திய சினிமா இயக்குனர்கள் அதிக அக்கறை காட்டுவதில்லை. ஆனால் உலக அளவில் முக்கியமான சினிமா கோட்பாடுகளை உருவாக்கியவர்கள் இயக்குனர்களே. ஐசன்ஸ்டீன், புதோவ்கின், தார்கோவெஸ்கி, லூயி புனுவல், பெர்க்மென், த்ரூபா, ஹிட்ச்காக் என பலரும் சினிமாவின் நுட்பங்கள், கோட்பாடுகள் பற்றி புத்தகம் எழுதியிருக்கிறார்கள். அவை இன்றும் பாடமாகப் படிக்கப்பட்டும் சினிமா விமர்சனத்துறையில் தொடர்ந்து விவாதிக்கப்பட்டும் வருகின்றன.

Pickpocket, Balthazar போன்ற படங்களை இயக்கிப் புகழ்பெற்ற பிரெஞ்சு இயக்குனரான ராபர்ட் பிரசான் சினிமா குறித்து எழுதியுள்ள Notes on Cinematography மிக முக்கியமான ஒன்று. Cinematography என பிரசான் குறிப்பிடுவது ஒளிப்பதிவை மட்டுமில்லை, முழுமையான சினிமா உருவாக்கத்தை.

மேற்கத்திய இசையில் மொசார்ட் போல, இலக்கிய உலகில் தஸ்தாயெவ்ஸ்கி போல, உலக சினிமாவில் தனிப்பெரும் அடையாளம் ராபர்ட் பிரசான் என்பார்கள்.

பிரசானின் இந்தப் புத்தகம் சினிமாவில் நடிகர்களை எப்படிப் பயன்படுத்துவது, அதன் இயக்கம் மற்றும் தொழில்நுட்ப விஷயங்களைப் பேசுகிறது. பிரசான் நீண்ட கட்டுரை போல இதை எழுதாமல் சிறிய தனித்தனிக் குறிப்புகள் போல எழுதிப்போயிருப்பதே இதன் தனிச்சிறப்பு.

"Your camera catches not only physical movements that are inapprehensible by pencil, brush or pen, but also certain states of soul recognizable by indices which it alone can reveal."

சினிமாவின் ஆன்மாவைத் தெரிந்து கொள்ள விரும்பு/ கின்றவர்கள் அவசியம் இந்த நூலை வாசிக்க வேண்டும்.

ஒரு சாதாரண வார்த்தை கூட சரியாகப் பயன்படுத்தப்படும் தளத்திற்கு ஏற்ப திடீரென பிரகாசம் அடைவதைப்

போன்றதே திரையில் காட்சிகளை உருவாக்குவதும், அங்கே எளிய காட்சி கூட அதற்கான தருணத்தில், சரியான கோணத்தில் சரியான உணர்ச்சிகளுடன் வெளிப்படும்போது தனித்துவத்துடன் ஒளிரக்கூடும். அதைப் புரிந்துகொள்வதே காட்சிக்கலையின் முக்கியம் என்பார் பிரசான். இதுதான் சினிமாவைப்பற்றிய ஆதாரப்பாடம்.

# கண்டதைச் சொல்லுகிறேன்

நிமாய்கோஷ் இயக்கத்தில் வெளியான பாதை தெரியுது பார் படத்தில் இரண்டு அருமையான பாடல்கள் இருக்கின்றன. படத்தின் இசையமைப்பு எம்.பி. சீனிவாசன். 'தென்னங்கீற்று ஊஞ்சலிலே தென்றலில் நீந்திடும் சோலையிலே, சிட்டுக் குருவி ஆடுது' தன் பெட்டைத் துணையைத் தேடுது என்ற ஜெயகாந்தனின் பாடலும், 'சின்னச்சின்ன மூக்குத்தியாம் சிவப்புக்கல்லு மூக்குத்தியாம்' என்ற கே.சி.எஸ். அருணாசலம் எழுதிய பாடலும் அற்புதமானவை.

'பாதை தெரியுது பார்' படத்தை நான் பார்த்ததில்லை. ஆனால் ரேடியோவின் வழியாக இந்தப் பாடல்களைப் பலமுறை கேட்டிருக்கிறேன். 'தென்னங்கீற்று ஊஞ்சலிலே' பாடலை பி.பி.ஸ்ரீனிவாஸ், எஸ். ஜானகி இணைந்து இனிமையாகப் பாடுகிறார்கள். சிட்டுக்குருவி பாடுது என்று பாடும் போதுதான் எத்தனை குழைவு, கூட வரும் ஹம்மிங் தரும்

அலாதியான ஈர்ப்பு எனப் பாடல் கேட்பவரின் காதைக் குளிரச் செய்கிறது.

இப்பாடல் ஜெயகாந்தன் எழுதியது என்று தெரியாமலே கேட்டுக் கொண்டிருந்த பதின்வயதின்போது சாத்தூரில் வசித்த எழுத்தாளரான தனுஷ்கோடி ராமசாமி, தோழர் ஜெயகாந்தன் சிறந்த எழுத்தாளர் மட்டுமில்லை, அவர் சிறந்த பாடலாசிரியரும் கூட என்று சொல்லி இப்பாடலை நினைவூட்டினார்.

பாதை தெரியுது பார் படத்தை இயக்கிய நிமாய் கோஷ் (Nimai Ghosh) வங்காளத் திரைப்பட இயக்குனர். பொதுவுடைமைவாதியான இவர் இந்தியப் பிரிவினையை மையமாகக் கொண்டு சின்னமூல் என்ற வங்க மொழி திரைப்படத்தை இயக்கினார். பிரிவினை காரணமாகச் சொந்த கிராமத்தில் இருந்து விரட்டியடிக்கப்பட்ட ஒரு கர்ப்பிணி பெண் மற்றும் அவளது கணவன் இருவரும் உணவின்றி, படுக்க இடமின்றி கல்கத்தாவின் வீதிகளில் அகதிகளோடு அகதியாக அலைவுறுவதை சின்னமூல் பதிவு செய்திருந்தது.

1950ஆம் ஆண்டு வெளியான இப்படத்தைப் பார்வையிட்ட ருஷ்ய இயக்குனரான புதோவ்கின் இப்படத்தின் பிரிண்டை வாங்கிச் சென்று ரஷ்யாவில் திரையிட்டார். ரஷ்யாவெங்கும் 188 இடங்களில் இப்படம் திரையிடப்பட்டிருக்கிறது. சின்னமூல் படத்தில் புகழ்பெற்ற இந்திய இயக்குனர் ரித்விக் கடக் உதவி இயக்குனராகப் பணியாற்றியிருக்கிறார்.

1914இல் வங்காள தேசத்தில் பிறந்த நிமாய் கோஷ் சினிமாவின் மீது ஆர்வம் கொண்டு 1932ஆம் ஆண்டு பிபூதி தாஸ் என்ற ஒளிப்பதிவாளரிடம் உதவியாளராகச் சேர்ந்தார். இடதுசாரி சிந்தனையுள்ள நாடகக் கலைஞர்களைக் கொண்ட இப்டா கலைக்குழுவோடு இணைந்து செயல்பட்ட நிமாய் கோஷ் 1947ல் கல்கத்தாவில் திரைப்பட சங்கம் உருவாகக் காரணமாக இருந்தவர்களில் ஒருவர். சத்யஜித் ரேயின் நெருக்கமான நண்பர். இவரது படத்தை புதோவ்கின் ரஷ்யாவில் திரையிட்டதைத் தொடர்ந்து கலாச்சார பரி வர்த்தனை குழுவில் ஒருவராக ரஷ்யா சென்றார் நிமாய் கோஷ். அங்கே தமிழ்நாட்டில் பைனகை இருந்து வந்திருந்த

என்.எஸ். கிருஷ்ணன் மற்றும் இயக்குனர் கே. சுப்ரமணியம் இருவரையும் சந்தித்துப் பழகினார். என்.எஸ். கிருஷ்ணனின் அழைப்பின் பெயரில் தமிழ் படங்களில் பணியாற்றுவதற்காக சென்னை வந்து சேர்ந்தார் நிமாய் கோஷ். பொன் வயல், ரத்தபாசம், கோமதியின் காதல், அவன் அமரன், நாலுவேலி நிலம் போன்ற படங்களுடன் ஜெயகாந்தனின் யாருக்காக அழுதான், பாலசந்தரின் அனுபவி ராஜா அனுபவி போன்ற படங்களுக்கும் ஒளிப்பதிவு செய்திருக்கிறார். இடதுசாரிக் கோட்பாடுகளில் ஈடுபாடு கொண்ட நிமாய் கோஷ் தமிழ்ச் சினிமா தொழிலாளர்களுக்காக ஒரு தொழிற்சங்கத்தை உருவாக்க காரணமாக இருந்தார். 'சினி டெக்னீசியன்ஸ் கில்ட் ஆஃப் சௌத் இந்தியா'வின் முதல் தலைவர் அவரே.

நிமாய் கோஷ் இயக்கத்தில் உருவான பாதை தெரியுது பார், படத்திற்கு மார்க்சியவாதியான ஆர். கே. கண்ணன் கதை எழுதியிருந்தார். பாதை தெரியுது பார் படத்திற்கு முதலில் 'காலம் மாறிப்போச்சு' என்றே பெயர் வைக்கப்பட்டது. அது பின்பு மாறியது. இப்படத்தின் படப்பிடிப்பைத் தொடங்கி வைத்தவர் மூத்த கம்யூனிஸ்ட் தலைவர் எம்.ஆர்.வெங்கட்ராமன். கதாநாயகனாக நடித்தவர் திருச்சி பொன்மலை கோல்டன் ராக் ரயில்வே தொழிலாளியான கே.எம்.விஜயன். இவர் பின்னாளில் வெற்றிகரமான திரைப்பட இயக்குனராக உருவாகினார்.

இப்படி பாதை தெரியுது பார் பற்றி நிறைய தகவல்களை என்னோடு பகிர்ந்துகொண்டவர் எழுத்தாளர் தனுஷ்கோடி ராமசாமி. அவர் ஜெயகாந்தனின் தீவிர வாசகர். நெருக்கமான நண்பர். அவரது தோற்றமும் பேச்சும்கூட ஜே.கே.யைப் போலவே இருக்கும். எனது அண்ணனின் ஆசிரியர் என்பதால் அவரது வீடு தேடிப்போய் பகலில் பேசிக்கொண்டிருப்போம். உபசரிப்பிற்கும் அன்பிற்கும் அவரைப்போல இன்னொருவரைக் காணவே முடியாது. ஜெயகாந்தனைப் பற்றிப் பேசுவது என்றால் அவர் மணிக்கணக்கில் பேசிக்கொண்டேயிருப்பார்.

அவர்தான் ஜெயகாந்தனின் சினிமாவை எனக்கு அறிமுகம் செய்து வைத்தார். உன்னைப் போல் ஒருவன், யாருக்காக அழுதான் திரைப்படங்களையும் அதன் இயல்பான யதார்த்தம் பற்றியும் விரிவாக எடுத்துப் பேசுவார். கூடவே சினிமா

உலகோடு எப்படி ஜெயகாந்தன் தொடர்ந்து போராடினார் என்பதைக் கதைகதையாக சொல்லிக்கொண்டிருப்பார்.

பாரதியைப் பற்றிய ஜெயகாந்தனின் சொற்பொழிவு ஒன்றினை எனது கல்லூரி நாட்களின்போது கேட்டுப் பிரமித்து பாரதியைப் பற்றி ஜெயகாந்தனைவிடச் சிறப்பாகப் பேச தமிழ்நாட்டில் யாருமே கிடையாது என்பதை உணர்ந்தேன். அதுபோன்ற எழுச்சிமிக்க உரைகள் முறையாக ஒலிப்பதிவு செய்யப்பட்டு அடுத்த தலைமுறை கேட்பதற்கு வசதி செய்யாமல் போய்விட்டது பெருங்குறை என்றே தோன்றுகிறது.

எழுத்தைப் போலவே மேடையிலும் உரத்து தனது சிந்தனைகளை வெளிப்படுத்தியவர் ஜே.கே. அவரது நேர்சந்திப்பிலும் அந்த ஆவேசமும் அசலான கோபமும் வெளிப்படுவதைக் கண்டிருக்கிறேன்.

சினிமாவோடு ஜெயகாந்தனுக்கு ஏற்பட்ட உறவு ஒரு மல்யுத்தம் போன்றது. யார் யாரை வீழ்த்தி வெற்றி பெறுவார்கள் என்று கணிக்கமுடியாத இறுக்கமான பிடி கொண்ட சண்டையாக இருந்தது. சினிமா அவரை ஒரு முறை வீழ்த்தியது. அவர் மறுமுறை சினிமாவைத் தோற்கடித்து தனது விருப்பத்தினை வெற்றி கண்டார். சினிமா மறுபடி அவரைப் பிடிபோட்டு இறுக்கியது. இப்படி முடிவில்லாத அந்த மல்யுத்தத்தில் அவர் சோர்வடையவேயில்லை. வெற்றி தோல்வியைப் பற்றிய பயத்தைவிட விளையாடுவதில் உள்ள சந்தோஷமே அவரை சினிமாவில் இயங்க வைத்தது. அந்த உத்வேகம் வடிந்துபோனதும் அவர் சினிமா உலகில் இருந்து விலகிக்கொண்டு விட்டார்.

ஜெயகாந்தனின் சினிமா வாழ்க்கை இரண்டுவிதமானது. ஒன்று, அவரே இயக்கிய திரைப்படங்கள். மற்றது, அவரது கதைகள் படமாக்கப்பட்டது. இந்த இரண்டின் கூடுதல் போல அவர் சினிமாவிற்கு எழுதிய சில பாடல்கள். எம்.பி.சீனிவாசன் விருப்பத்திற்காகவே 'தென்னங்கீற்று' பாடலை எழுதியதாக ஜெயகாந்தன் குறிப்பிடுகிறார்,

'தென்னங்கீற்று ஊஞ்சலிலே' போலவே ஜெயகாந்தனின் இன்னொரு பாடல் எனக்கு மிகவும் பிடித்தமானது. அது

சில நேரங்களில் சில மனிதர்கள் திரைப்படத்தில் இடம் பெற்றுள்ள கண்டதைச் சொல்லுகிறேன் உங்கள் கதையைச் சொல்லுகிறேன் என்ற எம்.எஸ்.வி.யின் பாடல்.

சில நேரங்களில் சில மனிதர்கள் படம் முழுவதும் பேசிக் கொண்டேயிருக்கிறார்கள். மிகுந்த நாடகத்தனமான காட்சிகள். வழக்கமான பீம்சிங் படம் போல உணர்ச்சிகரமான சம்பவங்கள், திருப்பங்கள் இதில் குறைவு. ஜெயகாந்தன் இயக்கிய படங்களில் இருந்த யதார்த்த மும் இதில் கிடையாது. இது ஜெயகாந்தன் நாவலின் ஒலிச்சித்திரம் என்று சொல்லும்படியாகவே இருக்கிறது.

படத்தின் துவக்க காட்சிகள் மிக அழகாகப் படமாக்கப் பட்டிருக்கின்றன. அது நாவலை விடவும் திரையில் வலிமையாகப் பதிவு செய்யப்பட்டுள்ளதாகத் தோன்றுகிறது. மழை பெய்யும் நாளில் நடக்கும் இயல்பான காட்சிகள், கொந்தளிக்கும் கடல், காற்றோடு பெய்யும் மழை, குடையோடு காத்திருப்பவர்கள், சாலையில் செல்லும் ரிஷா, கல்லூரி மாணவிகள் பேருந்திற்காகக் காத்திருப்பது, தோளில் ஒரு ஜோல்னா பையோடு காத்திருக்கும் மழை நீரைச் சுண்டிவிடும் கங்கா, சாலையில் கடந்து போனபடியே பெண்களை ரசித்துப் போகும் பெரிய கார், மறுபக்கம் ஒண்டுக்குடித்தன வீட்டில் காத்திருக் கும் கங்காவின் தாய் மழையின் ஊடே அரிக்கேன் விளக்கை ஏற்றி வைப்பது, ஸ்ரீகாந்தின் வசதியான வீடு, கார் திரும்பி வந்து கங்காவை ஏற்றிச் செல்வதை நாகேஷ் பார்த்துக்கொண்டிருப்பது, காரின் உள்ளே கங்காவின் தடுமாற்றம், அதை மறைக்க அவள் புத்தகம் படிப்பது, கார் ஓட்டுபவர் யார் என்றே காட்டாத புத்திசாலித்தனம்.

மழை சட்டென அதிகமாகிறது. கார் வேறு சாலையில் செல்வதைக் கண்ட கங்காவின் பயம், அவளது மறுப்புக் குரல் மழைக்குள் அடங்கிப்போகிறது. இருட்டும் மழையும் சேர்ந்த தனிமையான இடத்தில் கங்கா வன்புணர்ச்சி செய்யப்படுகிறாள். கார் அவளை மறுபடி அவளது தெருமுனையில் இறக்கிவிடுவது, கங்கா மழையோடு வீடு வருவது, அம்மாவிடம் நடந்ததைச் சொல்ல, அவளை வெளியே பிடித்து தள்ளி சகோதரன் திட்டுவது, இந்த நீண்ட

சம்பவங்களின் பின்புலமாக மங்கள இசையும் மழை இருட்டும், சாரலின் தெறிப்பும், மறுக்கமுடியாத பெண்மையின் வலியும் ஒன்று சேர்ந்து அழகாகப் படமாக்கப்பட்டிருக்கிறது.

நாவலைத் திரைக்கு ஏற்றாற் போல மாற்றுவதை விட்டு நாவலின் அதே கதாபாத்திரங்களுக்கு வேறு கதைச்சூழல் தந்து நாவலின் கதை ஒருபுறமும் சினிமாவிற்காக எழுதப்பட்ட திரைக்கதை மறுபுறமும் என்ற இரட்டை நிலைகளுக்குள் ஊடாடியது படத்தின் பல வீனம் போலவே இருக்கிறது.

படத்தில் ஜெயகாந்தனின் சாயலில் உருவாக்கப்பட்ட கதாபாத்திரம் நாகேஷ். அவர் ஆர்.கே.வி. என்ற எழுத்தாளராக நடித்திருக்கிறார். அவர் பாடுவதுபோல அமைக்கப்பட்டது தான் கண்டதைச் சொல்லுகிறேன் என்ற பாடல். இந்த பாடல் முழுவதும் நாகேஷ் கடற்கரை, சாலைகள், பூங்கா என ஓடியாடுகிறார். பாடலின் வரிகளுக்கு ஏற்ப சிலுவையில் அறையப்பட்ட கிறிஸ்துவின் திருவுருவம் அண் மைக்காட்சியாக வந்து போகிறது.

இன்னொரு இடத்தில் எருமைகள் சேற்றில் உலவுவதைப் பாடலின் உருவகம் போல காட்டுகிறார்கள். முழுப் பாடலின் முத்தாய்ப்பு போல அமைந்திருப்பது, தான் எழுதிய

காகிதங்கள் பறப்பதைக் கண்ட நாகேஷ் அதை ஓடியோடிப் பிடிப்பதும், மிச்சமிருந்த ஒரே காகிதம் பறப்பதைக் கண்டு தானே அதைக் கையசைத்து விடை தந்து அனுப்புவதுமாகும். அப்போது நாகேஷ் முகத்தில் வெளிப்படும் அலாதியான உணர்ச்சி மனதைக் கவ்விக் கொள்கிறது.

பாடலின் வரிகள் ஜெயகாந்தனின் உரத்த சிந்தனையின் வெளிப்பாடாக இருக்கின்றன. ஜெயகாந்தன் முறையாக இசை கற்றுக்கொண்டவர். கர்நாடக இசை மற்றும் மேற்கத்திய இசையின் தீவிர ரசிகர். பாரதியை ஆழ்ந்து கற்றவர். ஆகவே அவருக்குப் பாடல் எழுதுவது பெரிய சவாலாக இருந்திருக்க முடியாது. கதையின் மையக்கருவைப் பற்றிப் பேசுவதைப் போலவே பாடல் அமைந்திருக்கிறது. எம்.எஸ்.வி.யின் குரல் பாடலுக்குக் கூடுதல் வலிமை தருகிறது.

சில நேரங்களில் சில மனிதர்கள் படத்தில் சிறப்பாக நடித்ததற்காக லட்சுமிக்கு தேசிய விருது கிடைத்தது. ஸ்ரீகாந்த் சிறப்பாக நடித்திருக்கிறார். இவர்களை விட படத்தில் எனக்கு மிகவும் பிடித்திருந்தது ஒய்.ஜி. பார்த்தசாரதியின் வெங்குமாமா கதாபாத்திரம். என்ன அற்புதமான உடல்மொழி. அச்சு அசலான உணர்ச்சி வெளிப்பாடுகள். அவர் நடிக்கிறார் என்றே தெரியவில்லை. அவ்வளவு யதார்த்தமாக கதாபாத்திரமாகவே மாறியிருக்கிறார்.

குறிப்பாக, வேலையை விட்டு வீடு திரும்பும் கங்காவின் தோளை அழுத்திக்கொண்டு அவளிடம் பேசும்போதும், இரவில் தனது எதிர் காலத்தைப் பற்றிக் கவலைப்படும் கங்கா தன் வாழ்க்கை இருட்டாக உள்ளது என்றபோது இயல்பான வெளிச்சம் இல்லாவிட்டால் ஒரு மெழுகுவர்த்தியாவது ஏற்றிக் கொள்ள வேண்டியதுதான் புத்திசாலித்தனம் என்றபடியே "Ganga.. Let me tell you something. You can be onlyaconcubine. Nota wife. நீ யாருக்காவது வப்பாட்டியா இருக்கலாமே தவிர, யாருக்கும் மனைவியா இருக்கமுடியாது. Why not MINE?" என்று கேட்கும் விதம் நடிப்பின் உச்சம் என்றே சொல்வேன். இது போன்ற கதாபாத்திரங்களை நடிக்கும் நடிகர்கள் மிகையாகவும், செயற்கையான உணர்ச்சிகளை வெளிப்படுத்துவதுமே இதுவரை நடந்து வந்திருக்கிறது. அதிலிருந்து மாறுபட்ட நடிப்பு ஒய்ஜிபியுடையது.

கங்காவை வெங்குமாமா தனது இச்சைக்காக வற்புறுத்துவ தில்லை. அவளது சம்மதத்தோடு அடையவே விரும்புகிறார். அதற்காக அவளுக்கு சகல உதவிகளும் செய்கிறார். அப்படி அடைய முடியும் என்பதை உறுதியாக நம்புகிறார். அப்படிப் பலரது வாழ்விலும் நடந்த கதைகளை அறிந்திருக்கிறோம். துணையில்லாமல் வாழமுடியாது என்ற நெருக்கடியை ஒரு பெண்ணிற்குத் தருவதன் மூலம் அவளை எளிதாக வளைத்துவிட முடியும் என்ற ஆணின் எத்தனிப்பு படத்தில் வலிமையாகச் சொல்லப்படுகிறது.

இரண்டு காட்சிகள் படத்தின் உயிர்நாடி போன்றவை. ஒன்று, அவர் கங்காவோடு வாக்கிங் போவது. அதற்காக அவளை எழுப்பும் முறை நடந்து போகையில் அவளுக்காகத் தான் மேற்கொண்டுள்ள முயற்சிகள் மற்றும் அவளது சொந்த வீடு பற்றி சொல்லி, தான் அவளது வீட்டிற்கு வந்து போகின்றவராக இருப்பேன் என்பதை சூசகமாகத் தெரிவிப்பது என்று அவரது மனதிற்குள்ளிருந்த இச்சையை வெளிக்காட்டிக் கொள்ளாமலே காட்டும் முகபாவம் அசத்தலானது.

மற்றொரு காட்சி... சாய்வு நாற்காலியில் படுத்துக்கொண்டே, கட்டிலில் படுத்திருக்கும் கங்காவிடம் செய்யும் சேஷ்டைகள், அதைத் தாங்கிக்கொள்ள முடியாத கங்கா அவரை பெல்ட்டால் விளாச, தவறை உணர்ந்து கங்கா தூக்கி எறிந்த பெல்ட்டைக் கையில் வைத்துக் கொண்டு கண்ணீர் சிந்துவதும், மறுநாள் கிளம்பும்போது கங்காவிடம், 'ஐ ஆம் லீவிங்' என்று சொல்லும்போது அதைக்கேட்ட கங்கா சட்டென்று அவர் காலில் விழுந்து நமஸ்கரிப்பதும் உணர்ச்சிப்பூர்வமான காட்சிகள்.

நாடக உலகில் புகழ்பெற்றிருந்த ஒய்.ஜி.பார்த்தசாரதியை தமிழ் சினிமா முழுமையாகப் பயன்படுத்திக் கொள்ளவில்லை என்ற ஆதங்கமே எழுகிறது. ஒய்.ஜி.பி. ஜெயகாந்தனின் ஒரு நடிகை நாடகம் பார்க்கிறாள் படத்திலும் முக்கிய வேஷத்தில் நடித்திருக்கிறார். இவரைப் போலவே கல்கத்தா விஸ்வநாதன் என்ற நடிகர் மூன்று முடிச்சு உள்ளிட்ட சில படங்களில் நடித்திருக்கிறார். அவரது அலட்டிக்கொள்ளாத நடிப்பும் எனக்குப் பிடித்தமானது. அவரை ஒரு முறை விமானநிலையத்தில் சந்தித்துப் பாராட்டியபோது அவர் ஒரு

தத்துவப் பேராசிரியர் என்பதையும் அமெரிக்கப் பல்கலைக் கழகத்தில் தத்துவம் கற்பிக்கிறார் என்பதையும் அறிந்து கொண்டபோது வியப்பாக இருந்தது.

ஜெயகாந்தனின் நாவலை வாசித்தவர்களுக்குப் படம் அவ்வளவாகப் பிடிக்கவில்லை. ஆனால் நாவலை வாசிக்காதவர்கள் படத்தை மிகவும் ரசித்துக் கொண்டாடினார்கள் என்பதே நிஜம். ஜெயகாந்தனின் வசனங்கள் நாவலில் இருந்து அப்படியே பெரும்பாலும் பயன்படுத்தப் பட்டிருக்கின்றன. எம்.எஸ்.வி.யின் இசையும் லட்சுமியின் நடிப்பும் இன்றும் ரசித்துப் பாராட்டும்படியாகவே இருக்கிறது.

கதையின் ஆன்மாவைச் சொல்லும் கண்டதைச் சொல்லுகிறேன் பாடல், ஜெயகாந்தனின் எழுத்துகள் குறித்த பிரகடனம் போலவும் இருக்கிறது என்பதால் இப்பாடல் இன்றும் முக்கியத்துவம் பெறுகிறது.

இந்திய சினிமா உலகில் குருதத் பாதியில் எரிந்த நட்சத்திரம். இன்றைக்கும் அவரது பியாசா, காகஸ் கே ஃபூல் போன்ற படங்களைப் பற்றி பேசிக் கொண்டிருக்கிறார்கள். வழக்கமான ஹிந்தி மசாலாக் கதைகளைத் தாண்டி கவித்துவமான சினிமாவை உருவாக்க முனைந்தவர் குருதத்.

சாஹிப் பீபி ஔர் குலாம் படத்தின் இயக்குனரும் பல ஆண்டுகள் குருதத்தோடு இணைந்து செயல்பட்ட எழுத்தாளருமான அப்ரார் அல்வி, குருதத் குறித்த தனது நினைவுகளை நெகிழ்வோடு விவரித்திருக்கிறார்.

சத்யா சரண் என்ற பத்திரிகையாளர் தொகுத்துள்ள Ten Years With Guru Dutt: Abrar Alvi's Journey என்ற இப்புத்தகத்தில் குருதத்தின் ஆளுமையும் சினிமா குறித்த அவரது தீவிர தேடுதல்களும் குருதத்தின் சொந்த வாழ்வில் ஏற்பட்ட மண உறவின் முறிவும் காதலும் அவரது திரைப்படங்களில் எப்படி வெளிப்படுத்தப்பட்டது என்பதையும் அப்ரார் அல்வி அழகாக எடுத்துச் சொல்கிறார்.

புதிய முயற்சிகளில் எப்போதுமே தன்னை ஈடுபடுத்திக் கொண்ட குரு தத்திடம் ஒருமுறை நல்லபடம் ஓடுவதில்லையே

என்று கேட்ட போது 'உன்னதமான சிருஷ்டியை ரசிக்கத் தெரியவில்லை என்றால் அது கலைஞனின் குற்றமில்லை. பார்வையாளர்களின் குற்றம் என்றே சொல்வேன்' என்றார். சோதனைபூர்வமாக எடுத்த பியாசா வெற்றி பெற்றது. ஆனால் காகஸ் கே பூல் தோல்வி அடைந்தது. சாஹிப் பீபி ஔர் குலாம் நாவலைப் படமாக்கும் முயற்சியில் இறங்கியபோது பலரும் பயமுறுத்தினார்கள். ஒரு பெண் கணவனுக்காகக் குடிக்கிறாள் என்பதை ரசிகர்கள் ஏற்றுக்கொள்ள மாட்டார்கள் என்று கண்டனம் தெரிவித்தார்கள். நான் நாவலில் இருந்ததை அப்படியே படம் பிடித்திருந்தேன். படம் வெளியான பிறகு எதிர்பாராத அளவிற்குப் பத்திரிகைகள் இக்காட்சியைப் பாராட்டி எழுதினார்கள். மக்களும் பாராட்டினார்கள். ஆகவே மக்களின் ரசனையை நாம் மதிப்பிட முடியவே முடியாது என்றார்.

பியாசா படத்திற்கு வகிதா ரஹ்மானைக் கண்டுபிடித்தவர் அப்ரார் அல்வி. பியாசாவில் குருதத்தோடு துவங்கிய நட்பு பத்து ஆண்டுகாலம் நெருக்கமாக நீடித்திருக்கிறது. இப்புத்தகத்தில் குரு தத்தோடு தான் மேற்கொண்ட பயணங்கள், அவரது மனஇயல்பு மற்றும் படப்பிடிப்பு நாட்களில் காட்டும் தீவிரம் பற்றி சுவாரஸ்யமாக எழுதியிருக்கிறார்.

'What is there in life, friend? There are only two things & success and failure. There is nothing in between' என்ற குருதத்தின் வசன வரிகள் அவரது வாழ்வின் உண்மையாகவும் மாறி விட்டது. வாழ்வை மிதமிஞ்சி நேசித்தபடி சதா கனவுகளிலே வாழ்ந்து, உறவுகள் பொய்த்துப்போய், பொருளாதார சிக்கல்களில் சிக்கி நிம்மதி இழந்து நாற்பது வயதில் இறந்து போனார் குருதத். அவருக்குக் கிடைக்காமல்போன மனசாந்தி யும் சமாதானமும் அவரது திரைப்படங்களின் வழியே உலகிற்கே கிடைத்துக்கொண்டிருக்கிறது. அதுதான் மகத்தான கலைஞனின் வெற்றி.

# பூவண்ணம் போல நெஞ்சம்

**அ**ழியாத கோலங்கள் திரைப்படத்தைப் பார்க்கும் ஒவ்வொரு முறையும் பதின்வயதெனும் அடிவானத்தில் பறக்கத் துவங்கிவிடுகிறேன். நாம் ஒருபோதும் திரும்பிச் செல்ல முடியாத அந்த அடிவானம் மனதின் வெகு தொலைவில் இருப்பதை உணர்ந்தபோதும் நாமாகச் சென்று அங்கே இளைப்பாறுவதற்கு முடியாது.

ஒரு மாயக்கம்பளம் நம்மை அங்கே அழைத்துக் கொண்டு போனால் மட்டுமே சாத்தியம். இப்படம் அப்படியான ஒரு மாயக்கம்பளம் போல நம்மை மீண்டும் விடலைப் பருவத்தின் கனவுலகிற்குள் கொண்டு போய்விடுகிறது. கலையின் தேவையே இதுபோன்று நாம் திரும்பிச் செல்ல முடியாத வயதிற்குள், அடையமுடியாத உணர்ச்சிகளுக்குள் மீண்டும் நம்மைக் கொண்டு செல்வதேயாகும்.

அந்த வகையில் பாலுமகேந்திரா அவர்களின் ‘அழியாத கோலங்கள்’

உயர்வான கலைப்படைப்பாகும். தமிழ் சினிமாவில் இப்படம் ஒரு தனிமுயற்சி. மிகுந்த கவித்துவத்துடன் பருவவயதினரின் உலகம் படமாக்கப்பட்டிருக்கிறது. பதின்வயதின் நினைவுகளுக்குள் பிரவேசித்த பிறகு நமக்கு ஊரும் வயதும் இருப்பும் மறைந்து போய்விடுகின்றன. நாம் காண்பதெல்லாம் பதின்வயதின் ரகசியங்கள், சந்தோஷங்கள், வருத்தங்கள், அவமானங்களே.

நெஞ்சில் இட்ட கோலமெல்லாம் அழிவதில்லை
என்றும் அது கலைவதில்லை.
எண்ணங்களும் மறைவதில்லை

என்ற அழியாத கோலங்களின் பாடல்வரிகள் நினைவின் குடுவையைத் திறந்துவிடுகிறது. உள்ளிருந்த பூதம் தன் முழு உடலையும் வெளிப்படுத்தி நம் முன்னே மண்டியிட்டுக் கேட்கிறது.

என்னை ஏன் மறந்துவிட்டாய்!

என்ன பதில் சொல்வது? கடந்து வந்துவிட்ட காலத்தின் கேள்விகளுக்கு நம்மிடம் பதில் இல்லை என்பதுதானே நிஜம்!

விடலைப் பருவமென்பது ஒரு ராட்சசம். அதை ஒடுக்கி அன்றாட வாழ்க்கை, வேலை, குடும்பம் என்று பல மூடிகள் கொண்ட குடுவைக்குள் அடைத்து வைத்திருக்கிறோம். எப்போதோ சில தருணங்களில் அந்தப் பூதம் விழித்துக்கொண்டுவிடுகிறது. அதனோடு பேசுவதற்கு நம்மிடம் வார்த்தைகள் இல்லை. ஆனால் நமது மௌனத்தின் பின்புள்ள வலியை அது புரிந்தேயிருக்கிறது. அதன் கண்கள் நம்மைப் பரிகசிக்கின்றன. நமது இயலாமையை, சாதிக்க முடியாமல் போன கனவுகளை அதன் சிரிப்பு காட்டிக் கொடுக்கிறது.

பதின்வயது ஒரு நீரூற்றைப் போல சதா கொந்தளிக்கக்கூடியது. வீடுதான் உலகமென்றிருந்த மனது கலைந்து போய் வீடுபிடிக்காமல் ஆகிவிடுவதுடன், வெளி உலகம் பளிச்சென கழுவித்துடைத்து புதிய தோற்றத்தில் மின்னுவதாகவும் தோன்ற ஆரம்பிக்கிறது. தன் உடல் குறித்தும், பெண் உடல் குறித்தும் வியப்பும் மூர்க்கமும் ஒன்று கூடுகின்றன.

முட்டையை உடைத்து வெளிவந்த பாம்புக்குட்டியின் வசீகரமாக மனதில் தோன்றும் காமவுணர்வுகள் சீற்றம் கொள்ள ஆரம்பிக்கின்றன.

பருந்து இரையைக் கவ்விக்கொண்டு செல்வதுபோல பதின்வயதில் காமம் நம் உடலைக் கவ்விக்கொண்டு செல்கிறது. நம் உடல் பறக்கிறது என்ற ஆனந்தம் கொண்டபோதும் நம்மை இழக்கப் போகிறோம் என்ற உள்ளார்ந்த உணர்வும் பீறிடுகிறது. பறத்தலின் ஏதோவொரு புள்ளியில் பருந்து தன் இரையை நழுவவிடுகிறது. ஒருவேளை அதற்காகத்தான் கவ்வி வந்ததோ என்றும் தோன்றுகிறது.

பருந்தின் காலில் இருந்து நழுவும் நிமிசம் அற்புதமானது. எந்தப் பிடிப்பும் இல்லாமல் வானில் எடையற்று விழும் அற்புதமது. ஆனால் அந்த வீழ்ச்சி சில நிமிடங்களில் பயமாகிவிடுகிறது. விடுபடல் ஆகிவிடுகிறது. போதாமை ஆகிவிடுகிறது.

பருந்து மறுமுறை எப்போது தூக்கி செல்லப்போகிறது என்பதைக் கண்டுகொள்வதற்காகவே அதன் கண்ணில் நாம் படவேண்டும் என்ற இச்சை உண்டாகிறது. ஆனால் அடிவானம் வரை சிதறிக் கிடக்கும் மேகங்களுக்குள் பருந்து எங்கே மறைந்து கொண்டது என்று தெரியவில்லை. மனது தன்னை இரையாக்கிக் கொள்வதன் முன்பே ஒப்புக் கொடுக்கவே ஆவலாக இருக்கிறது. காமம் வலியது. யானையின் பாதங்களைப் போல அதன் ஒவ்வொரு காலடியும் அதிர்கிறது.

அப்படிக் கடந்து வந்த விடலைப்பருவத்தைப்பற்றி இன்று நினைக்கையில் பனி மூட்டத்தினுள் தென்படும் மலையைப் போல அந்த நாட்கள் சாந்தமாக, வசீகரமாக, தன் உக்கிரத்தை மறைத்துக் கொண்டு எளிய நிகழ்வு போல காட்சிதருகிறது.

காதலிப்பதை விடவும் அதைப்பற்றிக் கற்பனை செய்வதுதான் விடலைப் பருவத்தில் சுகமானது. எப்போதும் காதலைப்பற்றி நினைத்த படியே காதல் பீடித்த கண்களுடன் நிலை கொள்ளாமல் அலைந்த நாட்களை இப்படம் மிக இயல்பாக, உண்மையாக, கவித்துவ நேர்த்தியுடன் காட்சிப்படுத்தியிருக்கிறது.

பாலுமகேந்திரா தனது படங்களில் கதாபாத்திரங்களின் மனநிலையை வெளிப்படுத்துவதற்கும், இருவருக்குள் ஏற்படும் உறவின் வளர்ச்சியை அடையாளப்படுத்துவதற்குமே பாடல்களை அதிகம் பயன்படுத்தியிருக்கிறார். 'அழியாத கோலங்களில் அப்படியான ஒரு பாடலிருக்கிறது.

பூவண்ணம் போல நெஞ்சம்
பூபாளம் பாடும் நேரம் பொங்கி நிற்கும் தினம்
எங்கெங்கும் இன்ப ராகம்.. என்னுள்ளம் போடும் தாளம்

பி.சுசிலாவும் ஜெயச்சந்திரனும் இணைந்து பாடும் இப்பாடலுக்கு இசையமைத்தவர் சலீல் சௌத்ரி. இவர் செம்மீன் உள்ளிட்ட பல முக்கிய திரைப்படங்களுக்கு இசையமைத்த மகத்தான இசை ஆளுமை. இப்பாடலை எப்போது கேட்டாலும் மனம் கரைந்து போய் விடுகிறது. பாடும் முறையும் இசையும், அதன் ஊடாக நம் மனது கொள்ளும் கடந்தகால ஏக்கமும் ஒன்று சேரப் பாடலைக் கேட்டு முடியும்போது நான் உணர்ச்சிப் பெருக்கில் ஆழ்ந்துவிடுகிறேன்.

பூவண்ணம் போல நெஞ்சம் பாடல் படமாக்கப்பட்டுள்ள விதம் எவ்வளவு அற்புதமானது என்பதைக் கண்டுகொள்ள வேண்டும் என்றால் அந்தப் பாடலை நிசப்தமாக்கிவிட்டு வெறும்காட்சிகளை மட்டும் திரையில் பாருங்கள். நான் அப்படி அந்தப் பாடலைப் பலமுறை பார்த்திருக்கிறேன். ஒவ்வொரு காட்சியும் ஒரு ஹைகூ கவிதை.

சிரிப்பையும் வெட்கத்தையும், காதலர்கள் இருவரின் அந்நியோன்யத்தையும் இவ்வளவு கவித்துவமாக வேறு எவரும் திரையில் காட்டியதே யில்லை. அவர்கள் கண்களால் பேசிக்கொள்கிறார்கள். பாட்டு முழுவதும் ஷோபா சிரித்துக் கொண்டேயிருக்கிறார். அந்தச் சிரிப்பு ஒரு தூய வெளிச்சம். மறக்கமுடியாத ஒரு வாசனை. ஆற்றின் கால்வாயில் நீந்தும் வாத்துகளைப்போல அவர்களும் இயற்கையின் ஒரு பகுதியே என்பது போல ஷோபாவும் பிரதாப்பும் ஒன்று கலந்திருக்கிறார்கள். பாடல் முழுவதும் காற்று லேசாகப் படபடத்துக் கொண்டேயிருக்கிறது.

நாணல்பூத்த ஆற்றங்கரையோரத்தில் உட்கார்ந்துகொண்டு ஷோபா சிரிக்கிறார். அந்த சிரிப்பு, வாழ்வில் இதுபோன்ற தருணம் இனியொரு முறை கிடைக்கவே கிடைக்காது என்பதைப் போலவே இருக்கிறது. ஷோபாவின் சிரிப்பில் வெட்கமும், ஆசையும் குறும்பும் ஒன்று கலந்திருக்கிறது. அடிக்கடி தன் மூக்கைத் தடவிக்கொள்வதும் பிரதாப்பின் தலையைக் கோதிவிட்டு செல்லமாக அடிப்பதும், கண்களில் காதலைக் கசியவிட்டு தானும் காற்றைப் போன்றவளே என்பது போல அவனோடு இணையாக நடப்பதும் என காதலின் பரவசம் பாடல் முழுவதும் ஒன்று கலந்திருக்கிறது.

'ஒரு பெண்ணைக் காதலிப்பதென்றால்
அவளைக் கல்லினுள்ளிருந்து
உயிர்ப்பிப்பது என்று பொருள்
அடிமுதல் முடிவரை காதலால் நீவி
சாபமேற்று உறைந்து போன ரத்தத்தில்
கனவுகளின் சூடேற்றுவது என்று பொருள்'

என்று மலையாளக் கவிஞர் சச்சிதானந்தன் கவிதை ஒன்றில் குறிப்பிடுவார்.

அதைத்தான் பாலுமகேந்திரா இப்பாடலில் காட்சியாகக் காட்டுகிறார்.

ஷோபா பிரதாப்புடன் கைகோர்த்துக்கொண்டோ தோளுடன் தோள் உரசியபடியோ நடந்து செல்வதும், ஷோபா சொல்வதை மௌனமாக பிரதாப் கேட்டுக்கொண்டிருப்பதும், மண்சாலையில் அவர்கள் உற்சாகமாக நடந்து செல்வதும்

காதல் மயக்கத்தின் அழியாத சித்திரங்களாகப் பதிவாகி யிருக்கின்றன. இணைந்த வாழ்வில் பிரிவும் இல்லை தனிமையும் இல்லை என்ற வரி நமக்குள் ஏதேதோ நினைவுகளை ரீங்காரமிட்டபடி இருக்கிறது. தமிழ் சினிமாவில் மிகச் சிறப்பாகப் படமாக்கப்பட்ட காதல்பாடல் இதுவே என்பேன்.

அழியாத கோலங்கள் என்ற தலைப்பே படத்தின் கதையின் மையப்படிமமாக உள்ளது. நினைவுதான் படத்தின் ஆதாரப் புள்ளி. விடலைப்பருவத்தின் மறக்கமுடியாத நிகழ்வுகளின் தொகுப்பாகவே படம் விரிகிறது. இந்து டீச்சரின் வருகையும் அதைத் தொடர்ந்த சம்பவங்களும் விடலைப் பையன்களின் அன்றாட வாழ்வைத் திசை மாற்றம் செய்கின்றது. காற்றில் பறக்கும் நீர்க்குமிழ் போலிருந்த அவர்கள் வாழ்வு ஒரு மரணத்துடன் இயல்புலகிற்குத் திரும்பிவிடுகிறது. இறுதிக் காட்சியில் நண்பனைப் பறிகொடுத்த பிறகு அவர்கள் அதே மரத்தடியில் தனியே சந்திப்பது மனதை உலுக்கிவிடுகிறது.

அழியாத கோலங்கள் தமிழ் சினிமா வரலாற்றில் மிக முக்கியமான படம். காரணம், இப்படம் போல அசலாக பருவ வயதின் ஆசைகளை யாரும் திரையில் பதிவு செய்ததேயில்லை. அதுவும் வசனங்கள் அதிகமில்லாமல், நீண்ட காட்சிகளாக, நாம் அவர்களின் உலகை மறைந்திருந்து எட்டிப் பார்ப்பது போல படம் உருவாக்கப்பட்டிருப்பது இதன் தனிச்சிறப்பு.

தனது பதின்வயது நினைவுகளைத்தான் படமாக்கியிருக்கிறேன் என்று பாலுமகேந்திரா அவர்கள் குறிப்பிட்டபோதும் இது யாவரின் விடலைப்பருவமும் ஒன்று சேர்ந்ததுதானே!

பச்சைப்பசேலென விரியும் இயற்கையும் அதனுள் ஓடும் ஆற்றின் ஓடையும் அருகாமையில் கடந்து செல்லும் ரயிலை வேடிக்கை பார்த்தபடியே ஓடும் மூவரின் நீண்ட ஓட்டத்துடன் படம் துவங்குகிறது.

ரகு தன் கனத்த சரீரத்துடன் தாவி குதிக்கும்போது, தண்ணீர் அதிர்கிறது. ஆற்றின் கால்வாயும், அருகாமை மரங்களும் மண் பாதைகளும் அந்த மூன்று பையன்களின் சேட்டைகளை நிசப்தமாக வேடிக்கை பார்த்தபடியே இருக்கின்றன. சில காட்சிக் கோணங்களில் இயற்கை அவர்களை உற்றுப் பார்த்துக்கொண்டிருப்பதாகவே நாம் உணர்கிறோம். அவர்கள் நீர்விளையாட்டில் ஒருவர் மீது மற்றவர் நீரை

அள்ளித் தெறிக்கிறார்கள். அந்த நீர்வீச்சு பார்வையாளனின் முகத்திலும் பட்டுக் கூச்சம் ஏற்படுத்துகிறது.

நாம் திரையில் எவ்வளவு முறை ரயிலைப் பார்த்தாலும் அந்த சந்தோஷம் மாறுவதேயில்லை. இப்படத்தில் கடந்து செல்லும் ரயில் மட்டும்தான் புறஉலகின் தலையீடு. அது அவர்களின் இயல் புலகை மாற்றுவதில்லை. மாறாக, தொலைவில் இன்னொரு உலகம் இருக்கிறது என்பதை நினைவுபடுத்திக் கடந்து போகிறது. அவர்கள் தன்னைக் கடந்து செல்லும் நவீன காலத்தினை வெறுமனே வேடிக்கை மட்டுமே பார்க்கிறார்கள்.

ஆனால் அந்த ரயிலைப் போலவே புறஉலகில் இருந்து அந்தக் கிராமத்திற்குள் நுழையும் இந்து டீச்சர் அவர்களின் இயல்புலகை மாற்றிவிடுகிறாள். இந்து டீச்சரின் பெயரை மூவரும் சொல்லிப்பார்க்கும் காட்சி ஒன்றிருக்கிறது. அந்தப் பெயரை ஒரு இனிப்பு மிட்டாயை ருசிப்பது போல மூவரும் ருசிக்கிறார்கள். விடலைப்பருவத்தில் பெண் பெயர்கள் அப்படியான ருசியைக் கொண்டிருந்தது உண்மைதானே.

அப்போது ஒரு கூட்ஸ் ரயில் கடந்து போகிறது. அதை மூச்சு இரைக்க எண்ணுகிறான் ரகு. அது முடிவடைவதேயில்லை. கடந்து செல்லும் ரயில் பெட்டிகளை எண்ணாத சிறுவர்கள் எவர் இருக்கிறார்கள்? அவர்களால் எதிர்கொள்ள முடியாத ஒரு கூட்ஸ் ரயிலைப் போல பிரதாப் என்ற கதாபாத்திரம் அவர்களின் உலகிற்குள் பிரவேசிக்க இருக்கிறான் என்பதையே அது உணர்த்துவதாக எனக்குத் தோன்றுகிறது.

மூவரில் ரகு எப்போதும் மாங்காய் தின்றுகொண்டேயிருக்கிறான். அவன் உடைத்துத் தரும் மாங்காயை மற்றவர்கள் தின்கிறார்கள். அவன் தனக்கென ஒரு தனிருசி வேண்டுபவனாக இருக்கிறான். ரகு ஒருவன்தான் பால்யத்திற்கும் பதின்வயதிற்கும் இடையில் ஊசலாடிக்கொண்டிருக்கிறான். அதனால்தான் அவன் செக்ஸ் புத்தகத்தைக் காட்டும்போது பெண் உடல்பற்றிப் புரியாமல் கேள்வி கேட்கிறான். தபால் ஊழியரின் புணர்ச்சியை நெருங்கிக் காணமுடியாமல் தயங்கித் தயங்கிப் பின்னால் நடந்து வருகிறான். பிறகு விலகி ஓடி விடுகிறான். அவன் தனது நண்பர்களின் கனவுகளைத் தன் கனவாக்கிக் கொள்கிறான்.

அதை ஒரு காட்சி அழகாகக் காட்டுகிறது. சாலையில் கடந்து வரும் தாவணி அணிந்த பெண்களில் யார் யாருக்கு என்று பேசிக் கொள்ளும்போது ரகு எந்தப் பெண்ணைத் தேர்வு செய்வது என தெரியாமல் நண்பன் சொல்லிய மஞ்சள் தாவணிப் பெண்ணைத் தானும் தேர்வு செய்வதாகச் சொல்வான். அதுதான் அவன் மன இயல்பு.

பதின்வயதின் சிக்கல்கள் என்று சமூகம் மறைத்தும் ஒளித்தும் வைத்த நிகழ்வுகளை இப்படம் நேரடியாக விவாதிக்கிறது. உடலுறவு குறித்த ஏக்கம், புகைபிடித்தல், செக்ஸ் புத்தகங்களை வாசித்தல், அத்தை பெண்ணோடு காதல் கொள்வது, டீச்சரைக் காதலிப்பது, நண்பர்களுக்குள் ஏற்படும் கோபம், ஊர் சுற்றுதல், சலிப்பில்லாத விளையாட்டுத்தனம் என்று பருவ வயதில் ஏற்படும் அத்தனை அனுபவங்களையும் சரி தவறு என்று குற்றம்சாட்டாமல் நிஜமாகப் பதிவு செய்துள்ளது அழியாத கோலங்கள்.

டீச்சர் ஊருக்கு வந்து சேரும் வரை சிறுவர்களின் உலகம் வெறும் விளையாட்டுத்தனமாகவே உள்ளது. அவர்கள் ஊரில் இரண்டே தியேட்டர் உள்ளதற்காக அலுத்துக்கொள்கிறார்கள். பொழுதுபோக்குவது எப்படி என்று தெரியாமல் சுற்றுகிறார்கள். தபால் ஊழியரின் சைக்கிளை எடுத்து சைக்கிள் ஓட்ட கற்றுக்கொள்கிறார்கள். ஆட்டக்காரியின் முன்னால் அமர்ந்து அவள் உடலை வியப்போடு வேடிக்கை பார்க்கிறார்கள். அவளுக்கும் தபால் ஊழியருக்குமான ரகசிய காதலை ஒளிந்திருந்து பார்க்கிறார்கள். அந்தக் காட்சியில் இடிந்த மண்டபத்தில் ஆட்டக்காரியின் உடைகள் களையப்படுவதும், அவர்கள் காம மயக்கத்தில் ஒன்றுகலப்பதும் சிறுவர்களின் கண்ணோட்டத்தில் காட்டப்படுகிறது. காட்சியில் விரசம் துளியுமில்லை. ஆனால் பார்வையாளனின் மனம் காமத் தூண்டுதலில் உக்கிரம் கொண்டுவிடுகிறது. அதுதான் பதின்வயதில் ஏற்பட்ட உணர்ச்சிநிலை. அதை அப்படியே பார்வையாளனுக்குள் ஏற்படுத்தியிருப்பதைக் கலையின் வெற்றி என்றுதான் சொல்வேன்.

ஆட்டக்காரியின் வீட்டிற்குப் போய் தண்ணீர் வாங்கிக் குடிக்கும் காட்சியில் அவர்கள் அவளைக் கடித்துத் தின்றுவிடுவது போல பார்க்கிறார்கள். அவளுக்கும் அந்தப் பார்வையின் அர்த்தம் புரிகிறது. பிராயத்தின் காமம்

வடிகால் அற்றது என்பதை மௌனமாகவே அவர்களுக்குப் புரிய வைக்கிறாள். அவள் கையில் தண்ணீர் வாங்கிக் குடித்ததையே பெரிய இன்பமாகக் கருதிய அவர்கள் ஆணுறைகளைப் பலூனாக்கி ஊதி விளையாடியபடியே ஓடுகிறார்கள்.

இந்து டீச்சர் ஒரு வானவில்லைப் போல அவர்கள் வாழ்க்கையில் நுழைகிறாள். அவளது தோற்றமும் குரலும் அவர்களை மயக்கிவிடுகிறது. "என் பேர் இந்துமதி. வீட்ல இந்துனு கூப்பிடுவாங்க. உங்க பேர்லாம் சொல்லுங்கம்மா."

என்று சொல்லும்போது ஷோபா மெல்லிய படபடப்பை மறைத்துக்கொண்டு காட்டும் வெட்கம் எவ்வளவு அற்புதமானது.

இந்து டீச்சராக ஷோபா வாழ்ந்திருக்கிறார். அவர் இந்தப் படத்தின் உதவி இயக்குனராக வேலை செய்திருப்பது அவரது ஈடுபாட்டின் சாட்சி. தன்னைத் தேடி திடீரென பிரதாப் வீட்டின் முன்பாக வந்து நிற்கும் காட்சியில் ஷோபா காட்டும் வியப்பும், ஆற்றங்கரைக்குக் குளிக்கக் கிளம்பிய பிரதாப் ஷோபாவைத் தூக்கி சுற்றும்போது அடையும் சந்தோஷம் கலந்த வெட்கமும் இதன் முறையில் திரையில் யாரும் காட்டி அறியாத உணர்ச்சிகள்.

ஷோபாவைப் போலவே படத்தில் பிரதாப்பையும் மிகவும் பிடித்திருக்கிறது. அலட்டிக்கொள்ளாத நடிப்பு. அவருக்கு பாலுமகேந்திராவே குரல் கொடுத்திருக்கிறார். பிரதாப்பிற்கு

மிக குறைவான வசனங்கள். ஆனால் காதலுற்றவனின் கண்கள் அவருக்கு இருக்கின்றன. ஏதோ நினைவுகளுக்குள் சிக்கிக்கொண்டவரைப் போல அவர் படம் முழுவதும் நடந்து கொள்கிறார். இவர்களைப் போலவே பட்டாபியின் அத்தை பெண். அவள் படுத்துக்கொண்டு புத்தகம் படிக்கும் காட்சியில் காலை ஆட்டிக்கொண்டே பட்டாபி கேட்கும் கேள்விக்குப் பதில் தரும்போது அவள் கண்கள் அவனை ஆழமாக ஊடுருவுகின்றன. அவளும் விடலைப் பருவத்தில் தானிருக்கிறாள். ஆனால் அந்தப் பையன்களைப் போல தன்னை வெளிக்காட்டிக்கொள்ள முடியவில்லை. அவளுக்கும் உடலின் புதிர்மை குழப்பமாகவே இருக்கிறது. லேசான தலை திருப்பல், மௌனமாகப் பார்ப்பது என்று தனது உடல்மொழியாலே அவள் பேசுகிறாள். நல்ல சினிமா என்பது சின்னஞ்சிறு உணர்ச்சிகளைக்கூட கவனமாகப் பதிவு செய்யக்கூடியது என்பதற்கு இவளது கதாபாத்திரம் ஒரு உதாரணம்.

ஆசிரியர்களைக் கேலி செய்வது அல்லது படிக்காத மாணவனை அவமானப்படுத்துதல் மற்றும் இரட்டை அர்த்தமுள்ள வசனங்களைப் பயன்படுத்துவது என தமிழ்ப் படங்களில் பள்ளியின் வகுப்பறைக் காட்சிகள் பெரும்பாலும் படுகேவலமான நகைச்சுவையோடு சித்தரிக்கப்பட்டுள்ளன. ஆனால் பாலுமகேந்திரா காட்டும் வகுப்பறை முற்றிலும் மாறுபட்டது. மாணவர்களின் இயல்பான குறும்புகள், ஆசிரியரின் மென்மையான அணுகுமுறை, ரகுவின் சேட்டையைக் கண்டிக்கும் டீச்சரின் பாங்கு என முற்றிலும் மாறுபட்ட பள்ளி அனுபவத்தை தருகிறது அழியாத கோலங்கள்.

மூன்று சிறுவர்களும் மூன்று வேறுபட்ட அகவேட்கையுடன் இருக்கிறார்கள். பட்டாபி இதில் சற்று துணிந்த சிறுவனாக இருக்கிறான். அவன் இரவில் அத்தைப் பெண்ணைத் தொடுவதற்குச் செல்வதும், செக்ஸ் புத்தகத்தை ரகசியமாக கொண்டுவருவதும் என அவன் தன் ஆசைகளை நிறைவேற்றிக்கொள்ள தைரியமாக முயற்சிக்கிறான்.

மற்றவன் டீச்சரை மனதிற்குள்ளாக காதலிப்பதோடு, அவள் வீடு தேடிப் போய் உதவி செய்கிறான். டீச்சரை பிரதாப்

காதலிப்பதை அறிந்து பொறாமை கொள்கிறான். அவனுக்குள் மட்டும் காதல் உருவாகிறது. அவனது நடை மற்றும் பேச்சு, செயல்களில் தான் வளர்ந்தவன் என்ற தோரணை அழகாக வெளிப்படுகிறது.

ரகுவோ மற்றவர்கள் செய்வதில் தானும் இணைந்துகொள்ள நினைக்கிறான். பயம் அவனைத் தடுக்கிறது. ஆனால் ஆசை உந்தித் தள்ளுகிறது. அந்தத் தடுமாற்றத்தின் உச்சமே அவனது எதிர்பாராத சாவு. பதின்வயதின் அகச்சிக்கல்கள் ஒருவனின் ஆளுமையை உருவாக்குவதில் பெரும்பங்கு வகிக்கிறது. பொது தளங்களில் இவை விவாதிக்கப்படாமலே ஒளித்து வைக்கப்படுவதும், விடலைப் பருவத்தினரைப் புரிந்துகொள்ளாமல் பெற்றோர் ஒடுக்க முற்படுவதும் சமூகத்தின் நோய்க்கூறுகள் என்றே சொல்வேன். இப்படம் அது போன்ற மனத்தடைகளை உடைத்தெறிந்து காதலையும் காமத்தையும் மரணத்தையும் முதன் முதலாக உணரும் பருவ வயதின் தவிப்பை அசலாகப் பதிவு செய்திருக்கிறது.

இப்படத்தின் திரைக்கதை அமைப்பு ஒரு புதிய பாதையை நமக்கு அடையாளம் காட்டுகிறது. அதாவது கதை ஒரு புள்ளியில் இருந்து மேலோங்கி வளர்ந்து செல்ல வேண்டியதில்லை. தனித்தனி நிகழ்வுகளை ஒன்றிணைத்து ஒரு கோலம் உருவாவது போலவே திரைக்கதை அமைப்பு உருவாக்கப்பட்டிருக்கிறது. ஒரு எழுத்தாளனாக இதன் தனித்தன்மை மிகவும் ஆச்சரியமூட்டுகிறது. அது போலவே இசையும் மௌனமும் ஒரு திரைப்படத்திற்கு எவ்வளவு முக்கியமானது என்பதை அறிந்து கொள்வதற்கு இப்படமே ஒரு முன்னுதாரணம்.

சினிமா என்பது காட்சிகளின் மொழியில் எழுதப்படும் நீள்கவிதை என்றே பாலுமகேந்திரா கருதுகிறார். ஆகவே அவர் காட்சிக் கோணங்களைத் தீர்மானிக்கும் விதமும் இயற்கையான வெளிச்சத்தைப் படமாக்கும் விதமும் ஒப்பற்ற உன்னதமாக இருக்கிறது.

பாலுமகேந்திரா போன்ற அரிய கலைஞர்களால் மட்டுமே இதுபோன்ற படத்தை துணிச்சலாக எடுக்க முடியும். அவ்வகையில் அழியாத கோலங்கள் தமிழ் சினிமாவிற்கு பாலுமகேந்திரா தந்த கொடை என்றே சொல்வேன்.

பறவைக் கோணம்

மகாபாரதத்தை பிரெஞ்சு இயக்குனர் பீட்டர் புரூக் நாடகமாகவும் முழுநீளத் திரைப்படமாகவும் தயாரிக்க முன்வந்தபோது அதற்குத் திரைக்கதையை எழுதியவர் ஜீன் கிளாடே கேரியர் (Jean - Claude Carriere ). உலகப் புகழ்பெற்ற திரைக்கதை ஆசிரியரான இவர் லூயி புனுவல், ழாக் தாதி உள்ளிட்ட பல முக்கிய இயக்குனர்களுடன் இணைந்து பல வெற்றிப் படங்களுக்குத் திரைக்கதை எழுதியிருக்கிறார். இவரே ஒரு இயக்குனரும்கூட The Tin Drum, The Discreet Charm of the Bourgeoisie, The Unbearable Lightness of Being, Valmont, Cyrano de Bergerac என இவரது திரைக்கதையில் உருவான படங்கள் உலகத் திரைப்பட விழாவில் நிறைய பரிசுகளைப் பெற்றுள்ளன.

திரைக்கதையின் ரகசியங்கள் குறித்து இவர் எழுதிய Secret Language of Film என்ற புத்தகம் ஒரு கதை எப்படி திரைக்கதையாக மாற்றம் கொள்கிறது என்பதை துல்லியமாக அடையாளம் காட்டுகிறது. திரைக்கதை ஆசிரியர் திரைப்பட உருவாக்கத்தில் நேரடியாகப் பங்கு பெறும்போதுதான் திரைக்கதையின் நுட்பங்களை முழுமையாக கற்றுக்கொள்ள முடியும் என்று கூறும் கேரியர், காகிதத்தில் எழுதப்பட்ட ஒரு வரி எப்படி காட்சியாகிறது என்பதை நேரில் அறிந்து கொள்ளாதவரை ஒருவரால் சிறந்த கதையாசிரியராக ஆக முடியாது.

திரைமொழி என்பது காட்சிகளால் உருவாக்கப்படுவது. ஆகவே ஒரு நிகழ்ச்சி எத்தனை காட்சிகளாகத் துண்டிக்கப்பட வேண்டும் என்பதில்தான் திரைக்கதை ஆசிரியனின் தனித்துவமிருக்கிறது. அது போலவே கதையை யார் மூலம் சொல்லுகிறோம், எதைக் காட்சிப்படுத்திக் காட்டுகிறோம், எதைக் காட்டாமல் ஒளித்து வைக்கிறோம் என்பதில்தான் திரைக்கதையின் வலிமை அடங்கியிருக்கிறது. துப்பறிவாளன் எப்படி ஒரு சம்பவத்தை அதன் முன்பின்னாக இணைத்துப் பார்த்து மர்மத்தின் பின்னுள்ள முடிச்சுகளை அவிழ்க்கிறானோ அது போன்றதுதான் திரைக்கதை எழுதுவதும் எனக்கூறும் கேரியர், தனது திரை அனுபவங்களை சுவாரஸ்யமாகப் பகிர்ந்துகொண்டிருக்கிறார். அவ்வகையில் திரைக்கதையைப் பயிலுபவர்கள் அவசியம் வாசிக்க வேண்டிய நூலிது.

**தி**ல்லானா மோகனாம்பாள் படப்பிடிப்பைத் தனது ஆவணப் படத்தில் பதிவு செய்துள்ள பிரெஞ்சு இயக்குனர் லூயி மால் தமிழ் சினிமா பற்றிக் கூறியது என்ன தெரியுமா?

"Comparing the billboards to the people on the street we wonder in a country with such beautiful and delicate people why are most film stars short, fat and thick featured? Actors wear heavy white and pink makeup making them even uglier. Once again, it is the racist prejudice about skin colour. To be beautiful, you must be white."

இதே மனநிலையின் இன்னொரு வடிவம் போல அசோகமித்திரனின் ஒரு கமெண்ட் நினைவில் வந்து போனது:

"தமிழ்த் திரைப்படங்களைக் கிண்டல் செய்ய அவ்வளவு ஆற்றல் தேவையில்லை. படத்தின் கதைச் சுருக்கத்தை எழுதினால் போதுமானதாக இருக்கும்."

## பார்வை கடந்த பாடல்

**சி**ல திரையிசைப் பாடல்கள் கேட்ட முதல் நாளில் இருந்து இன்று வரை அதன் ஈர்ப்பை அப்படியே வைத்திருக்கின்றன. அதில் ஒன்று ராஜபார்வை படத்தில் இடம்பெற்ற ஜேசுதாஸ் பாடியுள்ள 'அழகே அழகு தேவதை.'

கவியரசர் கண்ணதாசன் எழுதிய இப்பாடல் பாதாதி கேசம் பெண்ணை வர்ணிக்கும் கவிமரபில் உருவானது. பாடலை ரசித்து மிக அழகாக எழுதியிருக்கிறார் கவியரசர். எளிமையும், வியப்பும் ஒருங்கே கொண்ட பாடலது. கண்ணை மூடிக் கொண்டுவிட்டால் மனதில் தானே ஒரு பெண்உருவம் தோன்றிவிடுமளவு பாடல் கேட்பவரைத் தன்வசமாக்குகிறது.

ராஜபார்வை தமிழ் சினிமாவில் முக்கியமான ஒரு படம். இந்தப் படத்தை ஒவ்வொரு முறை பார்க்கும்போதும் புதிதுபுதிதாக ஆச்சரியங்கள் உருவாகிக் கொண்டேயிருக்கின்றன. இன்று வெளியாகியிருக்க வேண்டிய ஒரு

திரைப்படத்தை முப்பது ஆண்டுகளுக்கு முன்னதாக எப்படி உருவாக்கினார் கமல்ஹாசன் என்று வியப்பாகவே உள்ளது.

வேறுமாநிலங்களில் இருந்து நடிகைகளை மட்டுமே தமிழ் சினிமாவில் அறிமுகம் செய்துகொண்டிருந்த சூழலில் ராஜபார்வையில் இடம் பெற்ற கலைஞர்களின் பட்டியலைப் பாருங்கள். படத்தின் இயக்குனர் தெலுங்கு திரையுலகைச் சேர்ந்த சிங்கிதம் சீனிவாசராவ், ஒளிப்பதிவாளர் வங்காளத்தைச் சேர்ந்த பிரபல ஒளிப்பதிவாளர் பரூண் முகர்ஜி, முக்கிய கதாபாத்திரமொன்றில் நடித்திருப்பவர் தெலுங்கு தமிழ் திரைப்படங்களின் முக்கிய தயாரிப்பாளரும், நடிகருமான எல்.வி. பிரசாத், இன்னொரு முக்கிய கதாபாத்திரம் கேரளாவைச் சேர்ந்த K.P.A.C. லலிதா. இவர் இயக்குனர் பரதனின் மனைவி.

மாதவியின் அப்பாவாக நடித்திருப்பவர் ஆங்கில நாடகங்களில் நடித்துப் புகழ்பெற்ற ஏவி. தனுஷ்கோடி. இவர் அமெரிக்கத் தூதரகத்தில் பல ஆண்டுகள் பணியாற்றியவர். சிறந்த ஓவியர், ஜெர்மனியில் இருந்து தமிழிற்கு மொழிபெயர்ப்புகள் செய்திருப்பவர். படத்தின் ஆதாரத்தூணாக இருந்தவர் இசைஞானி இளையராஜா. இவர்களுடன் கண்ணதாசன், வைரமுத்து இருவரின் அற்புதமான பாடல்கள். இப்படி இப்படத்தின் உருவாக்கத்தில் இந்திய சினிமாவின் முக்கிய ஆளுமைகள் பலரும் ஒன்றிணைந்திருக்கிறார்கள். ஆனால் இப்படம் வணிகரீதியாகப் பெரிய வெற்றியைப் பெறவில்லை. அதற்கான முக்கிய காரணம், கமல்ஹாசனின் நூறாவது படம் என்பது குறித்து அவரது ரசிகர்கள் மிதமிஞ்சிய எதிர்பார்ப்பைக் கொண்டிருந்தார்கள். அதை நிறைவேற்றி வணிகவெற்றி பெறுவதைவிடவும் தனக்கு விருப்பமான ஒரு கதையை, விருப்பமான தொழில்நுட்பக் குழுவினரைக் கொண்டு உருவாக்க வேண்டும் என்ற எண்ணத்துடன் கமல்ஹாசன் இப் படத்தை தயாரித்திருந்தார்.

இசையை மையமாகக் கொண்ட படமாக அமைந்ததோடு சம்பிரதாயமான காதல் காட்சிகள், சண்டைகள், திடீர் திருப்பங்கள் எதுவுமில்லாமல் மாறுபட்ட கதைசொல்லும் முறையைக் கொண்டிருந்ததை அன்றைய ரசிகர்கள் ஏற்றுக் கொள்ளவில்லை. அதற்குக் காரணம், அன்று உருவாக்கி வைத்திருந்த பொது ரசனை.

1981களில் மாறுபட்ட காதல் கதைகளைக் கொண்ட திரைப்படங்கள் வெளியாகியிருந்தன, அதில் பன்னீர் புஷ்பங்கள், பாலைவனச்சோலை, இன்று போய் நாளை வா, அலைகள் ஓய்வதில்லை ஆகிய நான்கு படங்களும் நான்குவிதமான காதல்கதைகளை சுவாரஸ்யமாகச் சொல்லி வணிக ரீதியாக வெற்றி பெற்றன. இந்த ஆண்டு வெளியான மகேந்திரன் இயக்கிய 'நண்டு' மாறுபட்ட கதைக்களனோடு வெளியானது. ஆனால் படம் வணிக வெற்றியைப் பெறவில்லை. அதுபோன்ற ஒரு சூழலே ராஜபார்வைக்கும் நேர்ந்தது.

'அழகே அழகு தேவதை' பாடல் படமாக்கப்பட்டுள்ள விதம் அற்புதமானது. கேமிரா நகர்வதற்குப் போதுமான அளவு கூட இல்லாத ஒரே வீடு. அதற்குள் முழுப்பாடலும் எடுக்கப்பட்டிருக்கிறது. ஆடம்பரமில்லை, பகட்டான ஆடைகள் இல்லை, மாதவியின் கிளர்ச்சியூட்டும் அழகுதான் பாடலின் ஆதாரப்புள்ளி. பாடல் இடம் பெறும் சூழல் கதையின் போக்கில் ஒரு முக்கிய தருணம். பாடலின் துவக்கமும் முடிவும் அதைக் கதையோடு சேர்ந்த பாடலாகப் பொருந்த வைக்கிறது.

இப்படத்தில் திரைப்படப் பின்னணி இசை சேர்க்கும் குழுவில் உள்ள பார்வையற்ற வயலின் இசைக்கலைஞராக கமல்ஹாசன் நடித்திருக்கிறார். கதை எழுதுவதற்காக அவரைச் சந்திக்கும் மாதவி. அவரோடு நெருங்கிப் பழகத் துவங்குகிறார். இருவரும் ஒருநாள் சமையல் செய்கிறார்கள். சமையல் புத்தகத்தைப் பார்த்து சமைக்க முற்படும்போது எதிர்பாராத விதமாக சமையல்பொருள்களை மாதவி மீது கொட்டிவிடுகிறார் கமல். அவள் குளித்துவிட்டு ஈரத்தலையில் ஒரு துண்டைக் கட்டிக்கொண்டவளாக அமர்ந்திருக்கையில் அவளது அழகை வியந்து பாடுவதாகவே இப்பாடல் இடம்பெற்றுள்ளது.

'அழகே அழகு தேவதை' என்ற மூன்று வார்த்தைகளில் அவளது அழகின் மீதான லயிப்பு பூரணமாக வெளிப்பட்டுவிடுகிறது. அதிலும் அழகு என்று உச்சரிக்கும்போது ஏற்படும் சிலிர்ப்பு பின்வரும் தேவதை என்ற சொல்லின் வழியே நிறைவு அடைகிறது.

ராஜபார்வை முழுவதும் இளையராஜாவின் இசை ராஜாங்கம்தான். குறிப்பாக, பார்வையற்றோர் பள்ளியில் நடைபெறும் வயலின் இசை நிகழ்வில் அவர் அமைத்துள்ள இசைக்கோர்வை உலகத்தரமானது. இப்பாடலின் துவக்கத்தில் ஜேசுதாஸின் ஹம்மிங் மயக்கக் கூடியது. ஓவியத்தின் மீது கமல்ஹாசனுக்கு எப்போதுமே ஆர்வம் அதிகம். அவரது படங்களில் ஓவியர்கள் கதாபாத்திரமாக வருவதுண்டு. அவரே அன்பே சிவத்தில் ஓவியராக நடித்திருக்கிறார். காதலா காதலாவிலும் ஓவியம் வரைபவராக பிரபுதேவா சித்தரிக்கப்படுவார். விருமாண்டியிலும் ஒரு ஓவியர் முக்கிய சம்பவங்களின் சாட்சியாக இருப்பார். இப்பாடலில் மாதவி சித்திரம் வரைந்து கொண்டிருக்க, அவரது ஒவ்வொரு அங்கமாகத் தொட்டுணர்ந்து கமல்ஹாசன் பாடுகிறார்.

தனது அழகைப்பற்றிப் பாடுவதை உள்ளுற ரசித்தபடியே அவரைச் சீண்டிக்கொண்டிருக்கிறார் மாதவி. குறிப்பாக,

பட்டன் அணியாத மேல்சட்டையுடன் உள்ள கமலின் உணர்ச்சி பாவங்களும், அவரது தலையில் தட்டி விளையாட்டு காட்டும் மாதவியின் நளினமும் காதல் வசப்பட்ட அவர்களின் நெருக்கத்தை துல்லியமாகக் காட்சிப்படுத்தி யிருக்கின்றன.

படியில் அமர்ந்திருந்த மாதவியைக் காணவில்லை என்று கமல் தேடும்போது அவரது விரலைப்பற்றிப் பல்லிடுக்கில் வைத்துக் கடிக்கும் அவரது குறும்புத்தனமும் விடுபடாத விரலோடு ததும்பும் மனமயக்கத்தில் அந்த இதழ்களைத் தொட்டு அறிந்து அவர் பாடுகிறார்.

சிப்பி போல இதழ்கள் ரெண்டும்

மின்னுகின்றன

சேர்ந்த பல்லின் வரிசையாவும்

முல்லை போன்றன

மூங்கிலே தோள்களோ

தேன்குழல் விரல்களோ

ஒரு அங்கம் கைகள் அறியாதது

ஒரு அறைக்குள்ளாகவே பாடல் படமாக்கப்பட்டுள்ளது. ஆனால் மாறுபட்ட கோணங்கள், உணர்ச்சி நிலைகள், ஊடல் என்று அந்தரங்கமான நெருக்கத்தை தருகிறது இப்பாடல். அதற்கு முக்கிய காரணம், இளையராஜாவின் நேர்த்தியான இசையும் யேசுதாஸின் மென்மையான குரலும், பரூண் முகர்ஜியின் கவித்துவமான ஒளிப்பதிவும், நடனமில்லாமல் இயல்பாக உணர்ச்சிகளை வெளிப்படுத்திய கமல் மற்றும் மாதவியின் நடிப்பு இவையே பாடலின் வெற்றிக்கான காரணங்கள்.

ராஜபார்வை படத்தில் குறிப்பிட்டுச் சொல்ல வேண்டிய மூவர் தாத்தாவாக நடித்துள்ள எல்.வி.பிரசாத். இவர் பிரசாத் ஸ்டுடியோவின் அதிபர். தெலுங்கில் நடிகராக அறிமுகமாகி முக்கிய தமிழ், தெலுங்கு தயாரிப்பாளராகப் பல புகழ்பெற்ற படங்களை உருவாக்கியவர். படத்தில் அவரது கதாபாத்திரம் வித்தியாசமானது. தனது பேத்தியின் காதலுக்காக அவர் நடந்துகொள்ளும் விதம், இரவில் சாலையில் நிற்கும் கமலிடம் பர்த்டே வாழ்த்து சொல்லும் அன்பு, மாதவியின் காதலைப் பற்றி முன்பே தெரியுமா என கோபத்துடன் கேட்கும்

மகனிடம் தடுமாற்றத்துடன் சமாளிக்கும் பாங்கு, இறுதிக் காட்சியில் தேவாலயத்தில் இருந்து காதலர்களைச் சேர்த்து வைக்கும்போது அவரது உறுதியான மனப்போக்கு யாவும் அவரை மறக்கமுடியாத ஒரு நடிகராக மாற்றிவிடுகின்றன.

இதுபோன்ற பாத்திரப் படைப்புகள் இன்று தமிழ் சினிமாவில் நிறைய வந்துவிட்டன. ஆனால் ராஜபார்வைதான் இதன் முதல் முயற்சி. அதற்கு முந்திய ஆண்டுகளில் வயதானவர்கள் என்றாலே ஒரே மெலோ டிராமாவாக இருக்கும். அதைத் தூக்கிப்போட்டுவிட்டு புதியதொரு கதாபாத்திரமாக எல்.வி.பிரசாத்தின் தாத்தா ரோல் உருவாக்கப்பட்டிருக்கிறது.

இதுபோலவே படத்தில் தனித்துப் பாராட்ட, இன்னொரு கலைஞர் ஏ.வி. தனுஷ்கோடி. ஆங்கிலப் பேராசிரியராக சில ஆண்டுகாலம் பணியாற்றிய இவர் இருபது ஆண்டுகள் அமெரிக்கத் தூதரகத்தில் பொருளாதாரப் பிரிவில் ஆலோசகராகப் பணியாற்றியவர். ஆங்கில நாடகங்களில் நடித்துப் புகழ் பெற்றவர். தேர்ந்த ஓவியர். மொழி பெயர்ப்பாளர். இவர் மாதவியின் தந்தையாக நடித்திருக்கிறார்.

படபடப்பும், முன்கோபமும் கொண்ட கதாபாத்திரமது. அவரது கார் வி.கே.ராமசாமி காரோடு மோதும்போது ஏற்படும் கோபம், வீட்டிற்கு அழைத்துவரப்பட்ட கமல்ஹாசனிடம் தன்னை அறிமுகம் செய்துகொள்ளும் விதம், மகளிடம் கத்தும்போது ஏற்படும் உணர்ச்சி வேகம், பெண்கேட்டு வந்த கமல்ஹாசன் முன்பாக அப்பாவியாகக் கேட்கும் இயல்பு, இரவில் குடித்துவிட்டுத் தன்வீட்டின் முன்பு கலாட்டா செய்யும் கமல் கோஷ்டியைக் கண்டு ஏற்படும் ஆத்திரம் என்று தனுஷ்கோடி மிகச்சிறப்பாக நடித்திருக்கிறார். இவ்வளவு தேர்ந்த நடிகர் ஏன் தமிழ் சினிமாவால் அதிகம் கண்டுகொள்ளப்படாமல் போனார் என்பது ஆதங்கமாகவே உள்ளது.

இதுபோலவே கமலின் சிற்றன்னையாக வரும் K.P.A.C. லலிதா, அரியதொரு கதாபாத்திரம். வழக்கமான சித்தி போல கொடுமைக்காரியாக அவர் சித்தரிக்கப்பட்டபோதும் வீடு தேடிவந்து அவர் கமலிடம் பேசும் முறையும், அவருக்காக வி.கே.ராமசாமியிடம் பெண் கேட்பதும், போலீஸில் இருந்து மகனை மீட்டுவந்து காட்டும் அக்கறையும், மாதவி வீட்டில்

போய் பேசும் கம்பீரமும், தான் விரும்பிய பெண்ணை கமல் ஒத்துக்கொள்ள மறுக்கும்போது காட்டும் ஆதங்கமும் என K.P.A.C. லலிதா, மிகச்சிறப்பாக நடித்திருக்கிறார். அவருக்கும் கமலிற்கு மான உரையாடல்கள் கூர்மையாக எழுதப்பட்டுள்ளன.

எண்பதுகளில் வெளியான மலையாளத் திரைப்படங்களின் அழகியலை ஒத்தே ராஜபார்வை உருவாக்கப்பட்டிருக்கிறது. மொத்தப் படத்திலும் பத்தே கதாபாத்திரங்கள். அதிலும் நான்கு பேர்தான் முக்கியமானவர்கள். அவர்களைச் சுற்றியே படம் இயங்குகிறது. சம்பிரதாயமான காட்சிகள் என ஒன்று

கூட கிடையாது. கமல் குடியிருக்கும் வீடு, அவரது ஒலிப்பதிவுக் கூடம், பார்வையற்றோர் பள்ளியாவும் மிக இயல்பாக, யதார்த்தமான பின்புலமாக உருவாக்கப்பட்டிருக்கிறது.

1980ஆம் ஆண்டு சாய் பரஞ்சிபே 'ஸ்பார்ஷ்' என்றொரு படத்தை இயக்கினார். இதில் நஸ்ருதீன் ஷா பார்வையற்றவராக நடித்திருக்கிறார். இப்படத்திற்கும் 'ராஜபார்வை'க்கும் நிறைய ஒற்றுமைகள் இருக்கின்றன. இரண்டிலும் முக்கிய கதாபாத்திரங்கள் மற்றவர்களிடம் இருந்து உதவியை மட்டுமே எதிர்பார்க்கின்றன. 'Blind need help not pity or charity' என்பதே இருவரது எண்ணமும்.

இரண்டிலும் பார்வையற்றோர் பள்ளி முக்கியக் களமாக உள்ளது. ஸ்பார்ஷ் படத்தில் ஷபனா ஆஸ்மி கதாநாயகியாக நடித்திருக்கிறார். அவரது தோற்றம் மற்றும் கேசத்தை வாரிவிடும் இயல்பு ஆகியவை போலவே மாதவியின் தோற்றமும் உள்ளது.

ஒரு நாள் தற்செயலாக ஷபனா ஆஸ்மியின் பாடலைக்கேட்ட நஸ்ருதீன் ஷா அவரைத் தனது பள்ளியில் உள்ள மாணவர்களுக்குப் பாட்டு கற்றுத்தரும்படியான சேவைக்கு அழைக்கிறார். விதவையான ஷபனா ஆஸ்மி தயங்கி ஏற்றுக் கொள்கிறார். இருவரும் பேசிப்பழகி ஒருவரையொருவர் அறிந்துகொள்கிறார்கள். ஷபனாவைக் காதலிக்கத் துவங்குகிறார் நஸ்ருதீன் ஷா. அவர்களது திருமணம் நிச்சயிக்கப்படுகிறது. ஆனால் கருத்துவேறுபாடால் திருமணம் நின்று போகிறது. ஷபனா முன்பு போலவே பார்வையற்றோர் பள்ளியில் பாடல் சொல்லிக் கொடுத்தபடியே தனது நாட்களைக் கழிக்கிறார். முடிவில் ஒருவரையொருவர் புரிந்து கொள்கிறார்கள்.

இப்படத்தின் கதையும் ராஜபார்வையின் கதையும் வேறுபட்டவை. ஒருவேளை ஸ்பார்ஷ் படத்திற்குக் கிடைத்த வரவேற்பும் அங்கீகாரமும் காரணமாக கமல் ராஜபார்வையை உருவாக்கியிருக்கக்கூடும். நஸ்ருதீன் ஷாவிற்கு இப்படத்திற்காகத் தேசிய விருது கிடைத்துள்ளது குறிப்பிடத் தக்கது. ஆனால் தமிழ் சினிமாவில் அதன் முன்புவரை இப்படியொரு கதாபாத்திரம் உருவாக்கப்படவில்லை.

ஒரு நடிகராக கமலின் இன்னொரு அரிய பரிமாணம் இப்படத்தில் வெளிப்பட்டுள்ளது. வழக்கமான டூயட்டுகள், சண்டைக்காட்சிகள், நகைச்சுவைக் காட்சிகள் எதுவும் படத்தில் இல்லை. பாடல்கள் கதையின் போக்கினை வளர்த்து எடுப்பதற்காகவே உருவாக்கப்பட்டிருக்கின்றன. இளையராஜாவின் இசை இப்படத்தில் தனிப்பலம் என்றே சொல்வேன். படம் முழுவதும் பார்வையற்றவரின் மொழியாக இசையே உள்ளது. அம்மாவிடம் கமல் வயலினில் பேசும் காட்சியில் இசை விளையாடுகிறது. பார்வையற்றவர்களின் சேர்ந்திசை பாடல், மாதவியிடம் காதல்வசப்பட்ட கமலின் வயலின் இசை என இளையராஜா எனும் மகத்தான கலைஞனின் ஆளுமை இப்படத்தில் வெகுசிறப்பாக வெளிப்பட்டுள்ளது.

பாடலைக் கேட்கும் ஒவ்வொரு முறையும் 'மாவிலை பாதமோ' என்ற உவமை கண்ணதாசனின் கற்பனையைக் கொண்டாட வைக்கிறது.

**ஹா**லிவுட் திரையுலகில் வூடி ஆலன் ஒரு கலகக்கார இயக்குனர். எதையெல்லாம் அமெரிக்க மக்கள் வெளிப்படையாகப் பேசத் தயங்குகிறார்களோ அவற்றைத் தனது படங்களின் வழியே நேரடியாகப் பேசக்கூடியவர். அமெரிக்க கலாச்சார வாழ்வின் பொய்மைகளை நகைச்சுவையாக வெளிப்படுத்தக் கூடியவர். செக்ஸ், பாலிடிக்ஸ், ஆர்ட்ஸ் என்று ஒவ்வொரு துறையிலும் அமெரிக்க மக்களின் ரசனையும் ஈடுபாடும் எப்படி உருவாக்கப்படுகிறது என்பதை இவரைப் போல பகடி செய்தவர் எவருமில்லை. ஒருவகையில் அமெரிக்க மத்தியதர வாழ்க்கையின் மனசாட்சியைப் போல வாழ்பவர். சிறந்த நடிகர், இயக்குனர், தயாரிப்பாளர், எழுத்தாளர், திரைக்கதை ஆசிரியர். ரிச்சர்ட் சீகெல் என்ற பத்திரிகையாளர் இவரை நீண்ட நேர்காணல் நடத்தியிருக்கிறார். அது தொலைக்காட்சியில் ஒளிபரப்பாகி மிகுந்த வரவேற்பைப் பெற்றது. அந்த நிகழ்வின் தொகுப்பு போல உருவாக்கப்பட்ட புத்தகமே WOODY ALLEN: A LIFE IN FILM. இதில் வூடி ஆலன் தனது திரைப்படங்களின் உருவாக்கம் மற்றும் அதன் பின்புலமாக உள்ள தனது சிந்தனைகளைப் பகிர்ந்து கொண்டிருக்கிறார். சுவாரஸ்யமான புத்தகமிது. வூடி

ஆலனின் படங்கள் இரண்டு தலைமுறையாக இன்றும் அதே வசீகரத்துடன் ஆர்வத்துடன் பார்க்கப்பட்டு வருகின்றன.

வூடி ஆலனின் நகைச்சுவை உணர்வு பிரபலமானது. அவரது வசனங்கள் ஹாலிவுட்டில் மேற்கோள்களாகச் சொல்லப் படுபவை. அவரது புகழ்பெற்ற ஒரு வசனம் The difference between sex and death is, with death you can do it alone and nobody's going to make fun of you.

சமீபத்தில் வூடி ஆலன் எழுதி இயக்கியிருக்கும் திரைப்படம் Midnight in paris. இப்படம் இலக்கியவாதிகள் வாழ்ந்த காலத்திற்குள் பிரவேசிக்கும் கனவுப்பயணம் பற்றியது. பாரீஸ் நகரைப்பற்றி ஹெமிங்வே எழுதியுள்ள குறிப்புகளை முன்வைத்து உருவாக்கப்பட்ட ஒரு மாயச்சித்திரம் எனலாம்.

கில் பெண்டெர் ஒரு எழுத்தாளர். அவன் தனது ஆதர்ச நாவலை முடிக்க முடியாமல் சிரமப்படுகிறான். அப்போது தனக்கு நிச்சயமான பெண்ணுடன் பாரீஸ் செல்ல நேர்கிறது. கலைகளின் கூடாரமான பாரீஸ் அவனை மிகவும் ஈர்த்து விடுகிறது. அவனது காதலியின் குடும்பம் ஆடம்பரமும் பகட்டும் கொண்டது. அவர்களின் இரவு விருந்தில் கலந்து கொள்ள விருப்பமற்று வெளியேறிப் போகிறான் கில்.

இரவு பன்னிரண்டு மணி அடிக்கும்போது ஒரு கார் அருகில் வந்து நிற்கிறது. அது பழங்காலத்துக் கார். அதிலிருந்து பழங்கால பாணியில் உடை அணிந்த சிலர் இறங்கி கில்லைத் தங்களுடன் வரும்படி 1920ஆம் வருடத்திற்கு அழைத்துப் போகிறார்கள்.

1920களில் பாரீஸ் ஓவியம், இலக்கியம், கவிதை, இசை என்று ஒரே கேளிக்கையாக இருக்கிறது. அங்கே கில் தனது ஆதர்ச எழுத்தாளர் ஹெமிங்வேயைச் சந்திக்கிறான். அவர் நீ என்ன எழுதிக்கொண்டிருக்கிறாய் என்று விசாரிக்கிறார். கில் தனது கதையைச் சொல்கிறான். அவனுக்கு கிர்ட்ரூட் ஸ்டெயினை அறிமுகம் செய்து வைப்பதாக ஹெமிங்வே சொல்கிறார். கில்லால் நம்பவே முடியவில்லை. அவன் ஹோட்டலுக்குப் போய் தனது நாவலின் பிரதியை எடுத்துவரப் போகிறான். வெளியே வந்து பார்த்தால் காலம் புரண்டு மீண்டும் 2010ஆம் ஆண்டாக உள்ளது. மறுநாளும்

இதுபோல இன்னொரு காலப்பயணம் ஏற்படுகிறது. இம்முறை அவன் பாப்லோ பிகாசோவைச் சந்திக்கிறான். பிகாசோவின் காதலி ஆட்ரியானாவுக்கு கில்லைப் பிடித்துப் போய்விடவே அவர்கள் காதலிக்கத் துவங்குகிறார்கள். இந்தக் காலமயக்கத்தால் இன்றுள்ள காதலியோடு அவனால் இயல் பாகப் பழகமுடியவில்லை. மனம் கடந்தகாலத்திற்குள் பிரவேசிக்கவே ஆசை கொள்கிறது.

இதற்கிடையில் அவன் ஒரு பழைய புத்தகக் கடையில் ஆட்ரியானாவின் டைரியைக் கண்டடைகிறான். அதில் அவள் ஒரு அமெரிக்க எழுத்தாளனைக் காதலித்த விபரங்கள் உள்ளது. அவனால் நம்பவே முடியவில்லை. அது எப்படி என்ற வியப்பில் அவளை மறுபடி சந்திக்க தனது கடந்த காலப்பயணத்திற்காகக் காத்திருக்கிறான். மறுபடி ஒரு பயணம் சாத்தியமாகிறது. கில் ஆட்ரியானாவைச் சந்திக்கிறான். அவளோ அவனை ஒரு குதிரை வண்டியில் 1890களுக்கு அழைத்துப் போய்விடுகிறாள். அது எட்கர் ஆலன் போ வசித்த காலம் – அங்கேயே தங்கிவிடலாம் என்கிறாள்.

நாம் வாழ்ந்துகொண்டிருக்கும் இந்தக் காலத்தை விடவும் இலக்கியத் தின் வழியே நம் நினைவில் பதிந்து போயிருக்கும் காலமே ஆதர்சமான ஒன்று. அது நம்மைப் பல்வேறு காலங்களில் வாழ வைக்கிறது. நாம் நாவலின் வழியே இன்னொரு காலத்திற்குள் சென்று வசிக்கிறோம். இலக்கிய வாசிப்பு என்பது நம்மைப் பல உலகங்களில் வாழ வைப்பது என்பதை கில் உணர்ந்து கொள்கிறான்.

இலக்கியவாதிகளை முக்கியக் கதாபாத்திரமாகக் கொண்ட இக்காதல் கதையில் காலத்தின் முன் பின்னாகச் சென்றுவரும் கதாபாத்திரங்களின் வழியே கலையின் உயர்தன்மையை அடையாளப் படுத்துகிறார் வூடி ஆலன். படத்தின் முடிவு மிகுந்த கவித்துவமானது. இதுபோன்ற கனவுத்தன்மை கொண்ட திரைப்படத்தை உருவாக்கி வெற்றி காண்பது வூடி ஆலனால் மட்டுமே சாத்தியமான ஒன்று.

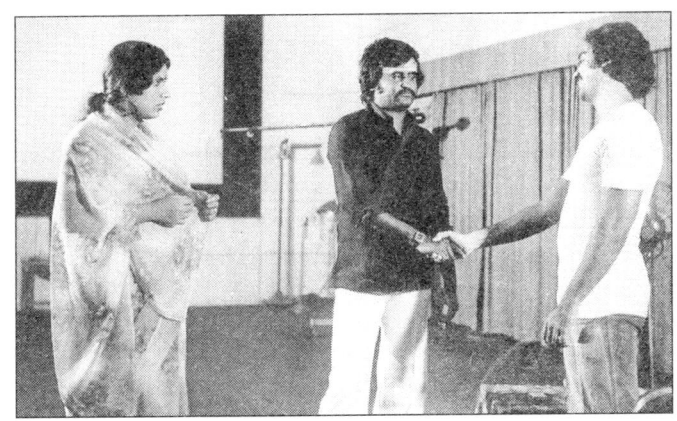

# விலகும் வெறும்பனி

ருத்ரய்யா தமிழ் சினிமாவின் பெருமைக்குரிய இயக்குனர். இவரது இயக்கத்தில் வெளியான அவள் அப்படித்தான் படத்தின் ஒளிப்பதிவாளர் நல்லுசாமி. அதன்பிறகு என்ன படத்திற்கு ஒளிப்பதிவு செய்தார் என்று பலநாட்களாகத் தேடிக் கொண்டிருக்கிறேன். ஏதோவொரு தொலைக்காட்சித் தொடருக்காக ஒளிப்பதிவு செய்திருக்கிறார் என்று நண்பர்கள் கூறினார்கள். திரைப்படக் கல்லூரியில் பயின்ற அவர் ஏன் தொடர்ந்து திரைப்படங்களில் பங்களிக்க வில்லை என்பது ஆச்சரியமாக இருந்தது.

அவள் அப்படித்தான் 1978ஆம் ஆண்டு தீபாவளிக்கு வெளியானது. இப்படத்தில் நல்லுசாமியின் ஒளிப்பதிவு எனக்கு மிகவும் பிடித்திருந்தது. மாறுபட்ட கோணங்கள், பாதி இருட்டும் வெளிச்சமும் கலந்து கதாபாத்திரங்களின் மனநிலையைப் பிரதிபலிக்கும் ஒளியமைப்பு, உடைகள், அலுவலகச் சுவர்கள் என யாவும்

யதார்த்தமாகத் தேர்வு செய்யப்பட்ட விதம், ஸ்ரீப்ரியாவின் க்ளோசப் காட்சிகள் என்று ஒவ்வொரு முறையும் படத்தின் ஒளிப்பதிவு மிகுந்த வியப்பைத் தருகிறது.

பெர்க்மெனின் கறுப்பு – வெள்ளை படங்களில் காணப்படும் கவித்துவ அழகு நிகரற்றது. கதாபாத்திரங்களின் அகநிலையை வெளிப்படுத்தும் விதமாக ஸ்வான் நிக்வெஸ்ட் ஒளிப்பதிவு செய்திருப்பார். அதே அழகியல் பாணியை நல்லுசாமியிடம் காண முடிகிறது.

கறுப்பு – வெள்ளையில் படமாக்கப்பட்ட பாடல்களில் 'ஆஹா இன்ப நிலாவிலே ஓஹோ ஜெகமே ஆடிடுதே' என்ற மாயாபஜார் பாடல் ஒரு சாதனை. இதற்கு ஒளிப்பதிவு செய்திருப்பவர் மார்க்கஸ் பட்லே. அரங்கிலும் வெளியிலும் படமாக்கப்பட்டுள்ள இப்பாடல் நிலவொளி வீசும் இரவும், ஆற்றில் படகு ஓட்டும் காதலர்களின் களிப்பும் ஒன்று கலந்த அற்புதமான அனுபவத்தை தரக்கூடியது. ஆற்றின் அலைகள் நிலவொளியில் மின்னுவதை மார்க்கஸ் பட்லே சிறப்பாகப் படமாக்கியிருப்பார். இதுபோலவே கறுப்பு – வெள்ளை ஒளிப்பதிவில் இன்னொரு மேதை வி.கே.மூர்த்தி. இவர் குருதத்தின் படங்களுக்கு ஒளிப்பதிவு செய்தவர். பியாசாவில் பாடல்காட்சிகள் படமாக்கப்பட்ட விதத்தைப் பாருங்கள். மூர்த்தியின் மாயாஜாலமது.

எம்.ஜி.ஆர்., சிவாஜி யுகம் முடிந்து 1978களில் தமிழ்சினிமா புதிய அலை தோன்றியது, அந்த வரிசையில் உருவான படமே அவள் அப்படித்தான். இப்படத்திற்கு வண்ண நிலவன் – சோமசுந்தரேஸ்வர் இணைந்து வசனத்தை எழுதியிருக்கிறார்கள். அனந்து படத்தின் கதை உருவாக்கத்தில் முக்கிய பங்கு வகித்திருக்கிறார். அவள் அப்படித்தான் என்ற படத்தின் தலைப்பு அனந்து கொடுத்தது.

'எனக்கொரு பசி. என்னைப் பாக்கிறவங்களுக்கு வேற பசி.. கனவுபோல தெரியுற நிஜங்கள் ரொம்ப இனிமையானது… ஒரு ஆம்பளை, தனியா இருக்கற பொண்ணுகிட்ட எப்படி நடந்துக்கணுமோ அப்படித்தான் நான் நடந்துக்கிட்டேன். ஒரு துணிச்சலான பொம்பள எப்படி நடந்துக்கணுமோ அப்படித்தான் நீயும் நடந்துக்கிட்ட. லீவ் இட்.' – என இப்படத்தின் வசனங்கள் பெரிதும் பேசப்பட்டவை.

அவள் அப்படித்தானில் இடம்பெற்றுள்ள 'உறவுகள் தொடர்கதை, உணர்வுகள் சிறுகதை, ஒரு கதை என்றும் முடியலாம், முடிவிலும் ஒன்று தொடரலாம், இனியெல்லாம் சுகமே' என்ற பாடல் அற்புதமான ஒன்று. படத்தில் மூன்றே பாடல்கள். அன்றைய காலகட்டத்தில் இது ஆச்சரியமாகப் பேசப்பட்டது.

யேசுதாஸின் குரலில் இப்பாடல் அலாதியான மயக்கத்தை உண்டாக்கக்கூடியது. பாடலின் மென்மையும் தனிமையை உணரும் மனநிலையும் படமாக்கப்பட்ட விதத்தில் கொண்டுவரப்பட்டிருப்பது இதன் தனிச்சிறப்பு. ஒரு அறைக்குள்ளாகவே முழுப்பாடலும் படமாக்கப்பட்டிருக்கிறது. கறுப்பு – வெள்ளை படங்களில் உள்ள பாடல் காட்சிகளில் அதிகம் அண்மைக் காட்சிகள் இருக்கும். அதுபோலவே பாடுகிறவர்களின் கண் அசைவுகள், முகபாவங்கள் மிகுந்த முக்கியத் துவம் பெற்றிருக்கும்.

இப்பாடல் சிவச்சந்திரன் ப்யானோ வாசித்துக்கொண்டு பாடுவதில் துவங்குகிறது, தன் மனதை மற்றவர்கள் சரியாகப் புரிந்து கொள்ளவில்லையே என்ற ஏக்கம் கொண்ட ஸ்ரீப்ரியாவினைச் சாந்தம் செய்யப்படும் காட்சியது. பாடல் முழுவதும் ஸ்ரீப்ரியாவின் கலக்கம் தோய்ந்த முகம், அன்பை வெளிக்காட்ட முடியாத முகபாவம், கட்டி அணைக்கும்போதுகூட அதிகம் நெருக்கம் காட்டாத உணர்ச்சி, சேலையை இழுத்துப் போர்த்திக்கொள்வது, ஆழ்ந்த

யோசனையில் இருப்பது என்று பாடல் முழுவதும் ஒரு கதாநாயகியின் தவிப்பான மனநிலையே முதன்மைப்படுத்தப் பட்டிருக்கிறது.

வழக்கமான படங்களில் கதாநாயகிகள் விதவிதமான உடைகளுடன் கவர்ச்சி ததும்ப ஆடிப்பாடுவதில் இருந்து முற்றிலும் விலகி, பாடல் கதாநாயகி மஞ்சுவின் மனத் துயரைப் பகிர்ந்து கொள்ளும் விதமாக உருவாக்கப்பட்டிருக்கிறது. கேமிராவின் நகர்வுகள் அதிகமில்லை. ஆனால் கோணம் மாறுகின்றதால் அவர்களின் உறவும் நெருக்கமும் பார்வையாளனுக்குத் தானே புரிந்துவிடுகிறது.

இப்பாடலில் உள்ள 'வேதனை தீரலாம், வெறும்பனி விலகலாம்' என்ற வரிகள் எனக்கு மிகவும் பிடித்தமானவை. ஒரு பேருந்து பயணத்தில் இப்பாடலைத் தற்செயலாகக் கேட்க ஆரம்பித்து அன்று முழுவதும் அந்த இரண்டு வரிகள் எனக்குள் ஓடிக் கொண்டேயிருந்தன. கங்கை அமரன் எழுதிய பாடலிது. அலங்காரம் அதிகமில்லாத எளிமையான வரிகள். ஆனால் பாடும் குரலின் நெருக்கத்தால் வரிகள் ஒளிர ஆரம்பிக்கின்றன.

அறையின் காரை உதிர்ந்த சுவர். சற்றே பழைய ப்யானோ. அதன் அருகில் எரிந்துகொண்டிருக்கும் ஒற்றை மெழுகுவர்த்தி. கவலை தோய்ந்த முகத்துடன் ஸ்ரீப்ரியா. பூப்போட்ட சட்டை அணிந்த சிவச்சந்திரன். அவர் சற்று விலகலுடன் ஸ்ரீப்ரியாவைக் கட்டிக் கொள்ளும் விதம். அறையின் ஒரு இடத்தில் மட்டும் தெறித்துப் பீறிடும் ஒளி. சின்னஞ் சிறு முகபாவ மாற்றம். கையை ஊன்றுவது, சேலையை இழுத்துக்கொள்வது, யோசனை செய்வது இவ்வளவுதான் பாடலின் காட்சிகள். ஆனால் இதற்குள்ளாக ஒட்டுமொத்த உணர்வை சாத்தியப்படுத்தியிருப்பதுதான் இயக்குனரின் வெற்றி. படத்தின் கதைக்களம் வேறுபட்ட ஒன்று. டாக்குமெண்டரி படங்களை இயக்கும் அருண் கதாபாத்திரத்தில் கமல்ஹாசன் நடித்துள்ளார். விளம்பர நிறுவனம் நடத்தும் தியாகு கதாபாத்திரத்தில் ரஜினி. அங்கு பணியாற்றும் மஞ்சு. இந்த மூன்று கதாபாத்திரங்களுக்குள் நடப்பதே கதை.

மஞ்சு கதாபாத்திரம் திரையில் உருவாக்கப்பட்ட வலிமையான பெண் பாத்திரங்களில் ஒன்று. அவளது காதல் தோல்வியும்,

அவளது அம்மா வேறு ஒரு ஆணுடன் கொண்டிருந்த கள்ள உறவின் காரணமாக ஏற்பட்ட மன உளைச்சல்களும் ஆண்கள் மீதான வெறுப்பாக மாறுகிறது. பெரும்பான்மை படங்களில் கவர்ச்சி பொம்மை போல உடையணிந்து கதாநாயகர்களுடன் ஆடிப்பாடிய ஸ்ரீப்ரியாவை சீரியஸான ஒரு கதாபாத்திரத்தில் நடிக்க வைத்திருக்கிறார் ருத்ரய்யா. கோபமும் ஆதங்கமும் இயலாமையும் உள்ளார்ந்த காதலும் என ஸ்ரீப்ரியா சிறப்பாக நடித்திருக்கிறார். கமல், ரஜினி இருவருமே மாறுபட்ட கதாபாத்திரங்களில் வெகு நேர்த்தியாக நடித்திருக்கிறார்கள்.

மஞ்சுவின் வழியாக ஆண் – பெண் உறவு, குடும்பம், காதல் குறித்துக் காரசாரமான விவாதங்கள் படத்தில் இடம் பெற்றுள்ளன. அருணோடு அவளுக்குள்ள நட்புதான் படத்தின் மையப்புள்ளி. இருவரும் பெண்ணுரிமை புத்தகங்கள், கம்யூனிசம், ப்ரீ செக்ஸ், அபார்ஷன் என பல விஷயங்களை விவாதிக்கிறார்கள்.

படத்தின் முடிவில் அருண் வேறு பெண்ணைத் திருமணம் செய்துகொள்கிறான். மனம் கசந்துபோன மஞ்சு காரில் பயணம் செல்கிறாள். அப்போது ஒரு வாய்ஸ் ஓவரில் மஞ்சு பற்றி சொல்லப்படுகிறது. அவள் மீண்டும் ஒரு முறை இறந்து போனாள். இந்த சாவை மஞ்சுவால்தான் சகித்துக்கொள்ள முடியும். அவள் பிறப்பாள் இறப்பாள், இறப்பாள் பிறப்பாள். அவள் அப்படித்தான்.

கதாநாயகி என்றால் கதாநாயகனைத் தவிர வேறு எவரையும் காதலிக்க மாட்டார்கள் என்ற பொய்யான

பிம்பத்தை உடைத்தெறிந்தது இப்படம். வணிக ரீதியாக இது பெரிய வெற்றியை அடையாத போதும் தமிழின் சிறந்த திரைப்படங்களில் ஒன்றாக இன்றுவரை பேசப்பட்டே வருகிறது.

ருத்ரய்யா சென்னை அரசு திரைப்படக் கல்லூரியில் படித்தவர். அவரது நீண்ட நாள் கனவுகளில் ஒன்று தி. ஜானகிராமனின் அம்மா வந்தாள் நாவலைப் படமாக்க வேண்டும் என்பது. அதற்கான திரைக்கதை வசனத்தை வண்ணநிலவன் எழுதியதோடு, உரிமையை வாங்க டெல்லி சென்று தி. ஜானகிராமனைச் சந்தித்து முறையான அனுமதியும் வாங்கி வந்தார். ஆனால் அது படமாக்கப்படவேயில்லை.

படத்தின் திரைக்கதை தற்போது நற்றிணைப் பதிப்பகத்தினரால் தனிநூலாக வெளியாகி உள்ளது.

**த**மிழில் ஐம்பது ஆண்டுகளுக்கு முன்பாகவே ஆயிரத்து ஒரு அராபிய இரவுகள் கதைத் தொகுப்பு வெளியாகியிருக்கிறது. ஆனால் அது தமிழ் இலக்கியத்தினை அதிகம் பாதிப்பு ஏற்படுத்தவில்லை. எவ்வளவு வாசகர்கள் அராபியக் கதை தொகுதியை ஆழமாக வாசித்தார்கள் என்றுகூட தெரியாது. இந்த மொழிபெயர்ப்புகள் குறித்து ஏதாவது கட்டுரைகள் வெளியாகி உள்ளதா என்று தேடி சலித்ததுதான் மிச்சம். ஆனால் தமிழ் சினிமாவில் அராபிய இரவுகளின் தாக்கம் அதிகம். உலகம் முழுவதுமே தொடர்ந்து அராபியக் கதைகளில் இருந்து திரைப்படங்கள் உருவாக்கப்பட்டு வருகின்றன. இந்தியாவிலும் தெலுங்கு, கன்னடம், ஹிந்தி, மலையாளம் என்று அராபியக் கதைகளில் இருந்து பல படங்கள் வெளியாகி உள்ளன.

'அலிபாபாவும் நாற்பது திருடர்களும்' கதை இரண்டு முறை படமாக்கப்பட்டிருக்கிறது. முதல்முறையாக அலிபாபாவாக நடித்தவர் என்.எஸ். கிருஷ்ணன். இரண்டாம் முறை எம்.ஜி.ஆர். நடித்திருக்கிறார். இரண்டு படங்களும் ஒரே கதைதான் என்றாலும் படத்தின் திரைக்கதை மாறுபட்டது. அலிபாபா தெலுங்கு, ஹிந்தியிலும் படமாக்கப்பட்டிருக்கிறது. புதையல் மீது பேராசை கொண்ட சகோதரன் மாட்டிக்கொண்டு இறந்துவிடும் கதை உலகெங்கும் உள்ளது. அதன் ஒரு

மாறுபட்ட வடிவமே அலிபாபாவின் கதை. அலிபாபாவின் அண்ணனைத் தேடும் கொள்ளைக்காரர்கள் அவனுக்கு மிகப்பெரிய அளவில் இறுதிச் சடங்குகள் நடந்துள்ளதை வைத்தே கண்டுபிடிப்பதாக அரபுக்கதை கூறுகிறது. தமிழில் அதுபோன்ற நிகழ்வு எதுவும் கிடையாது.

திரையின் வழியாக அறிமுகமாகிய பாக்தாத் நகரம், தமிழ் சினிமா பார்வையாளன் மனதில் அராபிய நகரம் என்றாலே அடிமை வணிகம், மாறுவேஷம் அணிந்த கொள்ளையர்கள், சவுக்கடி நடனங்கள், கலீபாவின் ஆட்சி, கத்திச்சண்டைகள் என்ற பிம்பத்தினை உருவாக்கி அலிபாபாவைத் தொடர்ந்து பாக்தாத் திருடன், பாக்தாத் பேரழகி, குலேபகாவலி, அலாவுதீனும் அற்புத விளக்கும் என பாக்தாத் நகரை மையமாகக் கொண்ட பல படங்கள் தமிழில் வெளியாகி வெற்றி பெற்றிருக்கின்றன. வேறு எந்தக் கதை மரபில் இருந்தும் இவ்வளவு படங்கள் தமிழில் வெளியானதேயில்லை.

இயக்குநர் அடூர் கோபாலகிருஷ்ணன் குறித்து மூன்று புத்தகங்கள் தமிழில் வாசிக்க கிடைக்கின்றன. இரண்டு புத்தகங்கள் அடூர் தனது திரைப்பட உருவாக்கம் பற்றி எழுதியவை. அதில் சினிமா அனுபவங்கள் புத்தகத்தைத் தமிழில் மொழிபெயர்த்திருப்பவர் கவிஞர் சுகுமாரன். சினிமாவின் உலகத்தை மொழியாக்கம் செய்துள்ளவர் இயக்குனர் மீரா கதிரவன். அக்பர் கக்கட்டில் எழுதியுள்ள அடூர் கோபால கிருஷ்ணன் – இடம், பொருள், கலையைத் தமிழாக்கம் செய்திருப்பவர் குளச்சல் மு.யூசுப்.

இந்த மூன்று நூல்களை ஒரு சேர வாசிக்கும்போது சினிமா குறித்த அடூரின் தீவிர எண்ணங்களையும், அவரது படைப்புலகின் அகபுற உலகினையும், அவரது ரசனைக்குக் காரணமாக இருந்த ஆளுமைகளையும் அறிந்துகொள்ள முடிகிறது.

அடூரின் திரைப்படங்கள் கேரளாவின் பல்வேறு கட்ட வாழ்வியலைப் பிரதிபலிக்கின்றன. சிதைந்துபோன நாயர் குடும்பக் கதையில் துவங்கி கம்யூனிச அரசியல்வாதியின் கதை வரை அவர் பல்வேறு காலகட்டங்களின் வாழ்வியலைத் திரையில் பதிவு செய்திருக்கிறார். இன்னொரு பக்கம்

ஒடுக்கப்பட்ட பெண்கள். தூக்குப் போடுவதைத் தொழிலாகக் கொண்ட மனிதர். சிறைக்கைதியாக இருந்த எழுத்தாளர் என்று அவர் மையம் கொள்ளும் கதைக்களன்கள் தனித்துவமானவை.

அடூரின் சினிமா பார்வையில் கேரளா சார்ந்த பெருமிதங்கள் அதிகமில்லை. அவர் நிலப்பிரபுத்துவ மரபில் இருந்து எப்படி கேரளா விடுபட்டு புதிய முகத்தைத் தேடிக்கொண்டது என்பதையே தொடர்ந்து ஆராய்ந்திருக்கிறார். அந்த மாற்றத்திற்கான முக்கியமான சமூக காரணிகளைக் கண்டறிந்து அவற்றைத் தனது படங்களில் விவாதிக்கிறார்.

கதாபாத்திரங்களின் மனவுலகம்தான் அவரது கதைவெளி. அங்கே நிகழ்வுகள் பெரிய பாதிப்புகளை உருவாக்குவதில்லை. நினைவுகளே அவர்களை வழிநடத்துகின்றன. குடும்பம் என்ற அமைப்பின் உருவாக்க மும் சிதைவும் தொடர்ந்து அவரது படங்களில் முக்கியமானதாக முன்வைக்கப்படுகிறது.

கசப்புணர்வோடுதான் அவர் வாழ்வு குறித்துப் பேசுகிறார். இது தனிநபர் அடைந்த விரக்தியல்ல. மாறாக, சமூகம் ஏற்படுத்தியுள்ள புறச்சூழல் தனிமனிதர்களை எப்படி பாதிக்கிறது என்பதில் உருவான கசப்புணர்வு.

அடூரிடம் அரவிந்தனிடம் காணப்படுவது போன்ற மேஜிக்கைக் காண இயலாது. ஒருவகையில் அப்படியான மேஜிக் தன்மையை விட்டு விலகிய யதார்த்தத்தை நோக்கியே தனது படங்களை அவர் இயக்குகிறார். அடூரின் படங்களில் அதிகம் குழந்தைகள் இடம்பெறுவதில்லை. மாறாக, முதியவர்கள் அவசியம் இடம் பெறுகிறார்கள். அடூரின் சினிமா, பார்வையாளனுக்கு விருப்பமான தின்பண்டம் போன்றதாக இருப்பதில்லை. மாறாக, அது ஒளஷதம் போல கசப்பும் மருத்துவக் குணமும் கொண்டதாகவே உள்ளது.

அக்பர் கக்கட்டில் எழுதியிருக்கும் அடூர் கோபாலகிருஷ்ணன் இடம் பொருள் கலை புத்தகம் மாறுபட்ட கோணத்தில் அடூர் கோபாலகிருஷ்ணனை நமக்கு அறிமுகம் செய்து வைக்கிறது. இதில் இடம்பெற்றுள்ள அடூரின் நீண்ட நேர்காணல் முக்கியமான ஒன்று. அதில் அவர் உருவான விதமும் திரைப்படத்தின் பின்புலமுள்ள கருத்தாக்கங்களும்

விவாதிக்கப்படுகின்றன. அது போலவே உறவுகள் பயணங்கள் என்ற பகுப்பில் இடம்பெற்றுள்ள ஜான் ஆபிரகாம் பற்றிய நினைவுகள் மிகவும் நேர்மையாகப் பதிவு செய்யப் பட்டிருக்கிறது.

இப்புத்தகத்தின் இறுதியில் இடம்பெற்றுள்ள 'இந்தியத் திரைப் படங்களின் நிகழ்காலம்' கட்டுரை முக்கியமான ஒன்று. இதில் சமகால இந்திய சினிமாவின் பிரச்சினைகளை அடூர் தெளிவாகச் சுட்டிக்காட்டுகிறார். சினிமா அனுபவம் என்ற அடூர் கோபாலகிருஷ்ணன் எழுதிய புத்தகத்தைக் கவிஞர் சுகுமாரன் மிகச்சிறப்பாக மொழியாக்கம் செய்திருக்கிறார். உலகத் திரைப்படங்கள் சார்ந்து தேர்ந்த ரசனை கொண்டவர் சுகுமாரன் என்பதால் இம் மொழிபெயர்ப்பு உயிரோட்ட மாக உள்ளது.

தனது திரைப்படக்கலை மற்றும் தன்னைப் பாதித்த ஆளுமைகள் குறித்து இந்நூலில் அடூர் விளக்குகிறார். ரேயின் பதேர் பாஞ்சாலி சினிமா அடூர்மீது உருவாக்கிய பாதிப்பு விரிவாகப் பதிவு செய்யப்பட்டுள்ளது. அதுபோலவே அவர் இயக்கிய மதிலுகள் திரைப்படம் குறித்த கட்டுரையில் எப்படி ஒரு இலக்கியப் பிரதி திரைக்கேற்ற விதத்தில் மாற்றப்படுகிறது என்பதைத் தெளிவாக விளக்கிக் காட்டுகிறார். அத்துடன் பஷீருடன் அவருக்கு ஏற்பட்ட நெருக்கமான உறவையும், பஷீர் படம் பார்த்துவிட்டு சொன்ன கருத்தையும் நெகிழ்ச்சியோடு பகிர்ந்துகொண்டிருக்கிறார்.

மீரா கதிரவனால் மொழியாக்கம் செய்யப்பட்டுள்ள சினிமாவின் உலகம் நூலில் திரைக்கதையின் முக்கியத்துவம் குறித்தும் எப்படி இலக்கியமும் சினிமாவும் வேறுபட்ட தளங்களில் செயல்படுகிறது என்பதையும் அழகாக விளக்குகிறார். நடிப்பு மற்றும் எடிட்டிங் பற்றி அடூரின் பார்வைகள் இளம் இயக்குனருக்குப் பாடங்கள் என்றுதான் சொல்ல வேண்டும். தானே ஒரு இயக்குனர் என்பதால் மீரா கதிரவன் இந்த நூலைச் சிறப்பாக மொழியாக்கம் செய்திருக்கிறார்.

பரீட்சார்த்த முயற்சி கொண்ட திரைப்படங்களை ரசிப்பதற்கு சினிமா பார்வையாளர்களுக்குப் புதிய ரசனை உருவாக்கப்படல் வேண்டும். அதற்கு உலகத்

திரைப்படங்களின் அறிமுகமும் சினிமா குறித்த அறிவுபூர்வமான கட்டுரைகளும் கூட்டுவிவாதங்களும் அவசியமானவை. இது மட்டுமின்றி, கல்விப் புலங்கள் சினிமாவை ஒரு கலையாகக் கருதி அதன் நுட்பங்கள், மேம்பாடு குறித்து தீவிரமான அக்கறை காட்டும்போதுதான் மாற்று சினிமா முயற்சிகள் வளர்ச்சியடையும்.

சினிமா குறித்த ரசனையை மேம்படுத்திக்கொள்ள இதுபோன்ற புத்தகங்களே தற்போது வழிகாட்டுகின்றன. அவ்வகையில் இந்த மூன்றும் திரைக்கலையின் நுட்பங்கள் குறித்த முக்கியமான பதிவுகளாகும்.

## காற்றினிலே, பெரும் காற்றினிலே

துலாபாரம் 1969ஆம் ஆண்டு வெளியான படம். அப்படத்தில் இடம்பெற்றுள்ள இரண்டு பாடல்கள் இன்றும் என் விருப்பத்திற்குரிய பாடல்களாக இருக்கின்றன. இரண்டும் மாறுபட்ட உணர்ச்சிகளை வெளிப்படுத்துபவை. ஒன்று, காற்றினிலே பெரும் காற்றினிலே... ஏற்றிவைத்த தீபத்திலும் இருள் இருக்கும்... என்ற ஜேசுதாசின் பாடல். இப்பாடலை எப்போது கேட்கையிலும் மனதில் சொல்லமுடியாத துக்கமும் தவிப்பும் அப்பிக் கொண்டுவிடுகிறது. ஜேசுதாசின் இப்பாடல் வெளிப்படுத்தும் சோக உணர்ச்சி நிகரற்றது. நித்யமான காலம்தான் இந்தப் பாடலைப் பாடுகிறதோ எனும் படியாகப் பாடல் அமைந்திருக்கிறது. பாடும் குரலின் உணர்ச்சிவேகமும் பாடும் முறையும் அதற்கு இணைவாக அமைந்த இசையும் இப்பாடலைத் தமிழ்த் திரையிசையின் தனிப்புகழ் கொண்ட பாடலாக மாற்றியிருக்கிறது.

காலம் எனும் கடலிலே சொர்க்கமும் நரகமும்,
அக்கரையோ இக்கரையோ?

என்று ஒலிக்கும் ஜேசுதாசின் குரல் உலகியல் வாழ்வில் மனித துயரங்களின் முடிவில்லாத போக்கினையே நினைவுபடுத்துகிறது.

வாழ்வின் நிலையாமையைப் பற்றிய சோகத்தை இப்பாடல் ஒலிக்கவில்லை. மாறாக, மனிதர்கள் உருவாக்கி வைத்த பேதம் ஏற்படுத்திய சோகத்தையே பாடல் சுட்டிக்காட்டுகிறது.

ஆண்டவனும் கோவிலில் தூங்கிவிடும் போது
யாரிடத்தில் கேள்வி கேட்பது...
ஏழைகளின் ஆசையும் கோவில் மணி ஓசையும்
வேறுபட்டால் என்ன செய்வது...
தர்மமே மாறுபட்டால் என்ன செய்வது...

பாடலின் முடிவில் பாடும் குரல் நிர்க்கதியின் உச்சத்தை அடைந்துவிட்டதைப் போல மாறிவிடுகிறது.

ஆடுவது நாடகம் ஆளுக்கொரு பாத்திரம்...
இறைவனுக்கு வேஷமென்னவோ?
ஆடவைத்து பாடுவான் மூடுதிரை போடுவான்
மேடை அவன் மேடையல்லவோ
வாழ்க்கையின் பாதை அவன் பாதையல்லவோ

ஒரு முறை இப்பாடலை ஆடிக்காற்று பெருக்கெடுத்த நாள் ஒன்றில் மதுரைப் பேருந்து நிலையத்தில் உள்ள பிச்சைக்காரன் தன்னை மறந்து பாடிக்கொண்டிருந்தான். என் கண்முன்னே ஒளிர்ந்த வெம்மையான பகல் மறைந்து இருள் அடர்ந்ததைக் கண்டேன். அந்த இருளில் பாடும் அவனது குரல் ஒரு மின்மினி போல பறந்துகொண்டிருப்பதாகவே உணர்ந்தேன். காற்றினிலே என்ற சொல் ஏற்படுத்திய கனம் அங்கிருந்த பலரது நினைவுகளையும் கொப்பளிக்கச் செய்து தன்னை அறியாமல் கண்களைத் துடைத்துக் கொள்ளச் செய்தது.

துலாபாரம் படத்தில் இப்பாடல் படமாக்கப்பட்டுள்ள விதம் பாடலை மேலும் உணர்ச்சிபூர்வமானதாக்குகிறது.

வலைவீசி மீன் பிடிக்கும் ஒருவன் பாடுவதாகப் பாடல் துவங்குகிறது. பாய்மரப் படகு ஒன்று கடந்து போகிறது. மணல்வெளியில் ஒரு பட்டமரம், சரிந்து செல்லும் பாதைகள், அதில் நடந்து வரும் ஏ.வி.எம். ராஜன், சாரதா இருவரும் கவலை தோய்ந்த முகத்துடன் காணப்படுகிறார்கள். வலை வீசி ஏமாற்றத்துடன் மீனவன் வீடு திரும்புகிறான். முறிந்து கிடக்கும் மரத்தைக் கடந்து ஏ.வி.எம். ராஜன் நடந்து போகிறார். மணல்வெளியில் காற்று படபடக்கிறது. இருண்ட வாழ்வின் கதியை விளக்கிச் சொல்வதைப் போலவே பாடல் படமாக்கப்பட்டிருக்கிறது. பாஸ்கர்ராவின் ஒளிப்பதிவு கதாபாத்திரங்களின் மனவோட்டத்தைப் பிரதிபலிப்பதைப் போல காட்சிக்கோணங்களைக் கொண்டிருப்பது பாராட்டிற்குரியது. அந்தக் காலத்தில் பாசமலரும் துலாபாரமும் பார்த்துவிட்டு அழாதவர்கள் கிடையாது. இன்று யோசித்துப் பார்க்கையில் இரண்டு படங்களும் மிதமிஞ்சிய சோகம் போல தோன்றுகிறது. ஆனால் இப்படித்தானே அன்றைய வாழ்க்கை இருந்தது என்றும் மனதில் ஒரு எண்ணம் தோன்றி மறையவே செய்கிறது.

தமிழ் ரசனையின் ஒரு பகுதி சோகமே. அழுகையை விரும்பும் மனநிலை தமிழ் திரைப்படப் பார்வையாளனுக்கு உண்டு. திரையரங்கில் பார்வையாளன் அழுதுவிட்டால் அப்படம் நிச்சயம் வெற்றிபெற்று விடும். இது எழுதப்படாத விதி. இன்றுவரை அதுதான் நடந்து வருகிறது.

பார்வையாளர்கள் திரையில் வரும் சம்பவங்களுக்காக மட்டும் அழுவதில்லை. தனது சொந்த வாழ்வின் துயரங்களை நினைவு படுத்துகிறது என்பதற்காகவும் அழுகிறார்கள், 'பாசமலர்', 'துலாபாரம்' இரண்டிலும் பாடல்கள் அற்புதமானவை. இரண்டுமே மலையாள எழுத்தாளர்களின் கதை. பாசமலர் கொட்டாரக்கராவின் கதை. துலாபாரம் தோப்பில் பாசி. இரண்டிலும் தொழிற்சாலையும் தொழிற்சங்கமும் முக்கிய கதைக்களன்கள். இரண்டிலும் தொழிற்சங்க வாதியே முக்கிய கதாபாத்திரம்.

ஒருவகையில் பாசமலரில் வரும் சாவித்திரியும் துலாபாரத்தில் வரும் சாரதாவும் இரட்டை கதாபாத்திரங்கள் போலவே

இருக்கிறார்கள். எதிர்பாராத வீழ்ச்சி அவர்களை நிலை குலையச் செய்கிறது. 'மலர்ந்தும் மலராத பாதி மலர் போல' என்ற தாலாட்டுப் பாடல் பாசமலரை நினைவுகொள்ளச் செய்வதுபோல துலாபாரத்தை நினைவு கொள்ளச் செய்வது, 'பூஞ்சிட்டு கன்னங்கள் பொன்மணி தீபத்தில் பால் பொங்கல் பொங்குது பன்னீரிலே' என்ற டி.எம்.சௌந்தரராஜன், பி.சுசீலாவின் பாடல். பாடலை எழுதியவர் கண்ணதாசன். இசையமைத்தவர், தேவராஜன் மாஸ்டர். துலாபாரம் நான்கு மொழிகளில் தயாரான படம்.

தோப்பில் பாசியின் மேடைநாடகம் முதலில் மலையாளத்தில் படமானது. அங்கு பெரிய வெற்றி பெற்றதால் பின்பு தமிழ், தெலுங்கு, ஹிந்தி ஆகிய மொழிகளில் படமாக்கப்பட்டது. தமிழில் ஏ.வி.எம். ராஜன், தெலுங்கில் சோபன் பாபு ஆகியோர் நடித்திருந்தார்கள். இப்படத்தில் சிறப்பாக நடித்ததற்காக சாரதாவிற்கு ஊர்வசி பட்டம் கிடைத்தது. துலாபாரம் படத்தை இயக்கியவர் வின்சென்ட். படத்தின் ஒளிப்பதிவு பாஸ்கர்ராவ். படத்தொகுப்பு வெங்கட்ராமன். மலையாளத்திலும் இப்படத்தின் பாடல்கள் மிகவும் பிரபலமடைந்தன. தமிழில் இப்பாடல்கள் இன்றளவும் தொடர்ந்து கேட்கப்பட்டு வருவது அதன் வெற்றிக்கு ஒரு சாட்சி.

'பூஞ்சிட்டு கன்னங்கள்' பாடல் எளிமையான வரிகளும் இனிமையான இசையும் கொண்டது. பாடல் படமாக்கப்பட்ட

விதமும், ஒரே அறைக்குள் இரவுக் காட்சியாகவும் படமாக்கப்பட்டிருக்கிறது. ஏ.வி.எம்.ராஜனும் சாரதாவும் உண்மையான கணவன் – மனைவி போல அத்தனை அந்நியோன்யத்துடன் இருக்கிறார்கள். தோளில் சாய்ந்து கிடக்கும் குழந்தையைத் தட்டிக் கொடுத்தபடியே சாரதா பாடுகிறார். அவரது கண்களில் ஆசையும் குறுகுறுப்பும் பீறிடுகிறது. ஏ.வி.எம். ராஜன் முகத்தில் வெளிப்படுத்தப் படமுடியாத ஒரு சோகத்தை உணர முடிகிறது. பாடலில் கணவன் – மனைவி இருவரின் தனிமையைக் கெடுக்க வேண்டாம் என்று பாட்டி தனது பாயை எடுத்துக்கொண்டு வெளியே படுக்கச் செல்கிறாள். அப்போது பாதி திறந்து கிடந்த கதவை சாரதா சாத்தும்போது அவரது முகபாவம் ஒளிர்கிறது.

தேவராஜன் மாஸ்டரின் இசை மயக்க மூட்டக்கூடியது. 'கண்ணுறங்கு, பொன்னுலகம் கண்ணில் காணும்வரை கண்ணுறங்கு' என்ற வரிகளில் பாடல், கேட்பவரை நெகிழச் செய்துவிடுகிறது. வறுமை ஒரு மனிதனுக்குக் கற்றுத் தரும் பாடங்கள் அவன் வாழ்நாளில் மறக்கவே முடியாதது. வறுமையோடு திருமணமும் செய்துகொண்டு விட்டால் முத்தங்கள் கூட கசந்துதானிருக்கும் என்ற உண்மையை இப்பாடல் அழகாக வெளிப்படுத்துகிறது. எல்லா நெருக்கடிகளையும் மீறி வாழ்க்கை மனிதனை இழுத்துக் கொண்டுதான் போகும் என்பதற்குச் சாட்சியே இப்பாடல்.

சுசீலா பாடும்போது விளக்கின் சுடர் அசைவது போல கதகதப்பான வெளிச்சம் ஒளிர்கிறது. அதிலிருந்து சொல்லமுடியாத அன்பும் நெருக்கமும் உருவாகிறது. கேட்கக் கேட்க அந்தக் குரல் ஊற்றிலிருந்து நீர் கசிவதுபோல தூயதாகப் பீறிடுகிறது. மனம் விம்மும் தருணங்களில் நிறைய நேரங்களில் சுசீலாவைக் கையெடுத்து வணங்கவே தோன்றுகிறது.

மாணிக்க தேர் போல மையிட்டு பொட்டிட்டு
மகராஜன் செல்வங்கள் விளையாடும்
கண்ணாடி வளையலும் காகிதப் பூக்களும்
கண்ணே உன்மேனியில் நிழலாடும்

இல்லாத உள்ளங்கள் உறவாகும்
கண்ணுறங்கு கண்ணுறங்கு
பொன்னுலகம் கண்ணில் காணும் வரை
கண்ணுறங்கு கண்ணுறங்கு...

என்ற வரிகள் ஏற்படுத்தும் அதிர்வு நிகரற்றது,

துலாபாரத்தின் கதையினுள் நல்லதங்காள் கதையின் சாயல் ஒளிந்திருக்கிறது. பஞ்ச காலத்தில் தன்னுடைய பிள்ளைகளுக்கு உணவு தரமுடியாத நல்ல தங்காள் அவர்களைக் கிணற்றில் வீசிக் கொன்றுவிட்டு தானும் தற்கொலைக்கு முயல்கிறாள், அதே சம்பவங்கள்தான் துலாபாரத்தின் மையக் கதைச்சரடு. தொழிற் சங்கவாதியான கணவன் இறந்துவிடவே குழந்தைகளை வளர்க்க அல்லாடுகிறார் சாரதா. அவர் மீது ஒழுக்கம் கெட்டவள் என்ற களங்கம் சுமத்தப்படுகிறது. முடிவில் குழந்தைகளுக்கு விஷம் கொடுத்துக் கொன்று தானும் சாக முயற்சிக்கிறார். அதில் உயிர் பிழைத்துவிடவே நீதிமன்றத்தில் தனது பிள்ளைகளைக் கொலை செய்தார் என்று விசாரணைக்கு உட்படுத்தப்படுகிறார். அந்த நீதி விசாரணையின் வழியேதான் படம் விவரிக்கப்படுகிறது.

சாரதாவின் நடிப்பு அழுத்தமானது. மூன்று முறை சிறந்த நடிகைக்கான தேசிய விருது வாங்கிய ஒரே நடிகை சாரதா. அவர் உணர்ச்சிகளை முழுமையாக வெளிப்படுத்துபவர். இப்படத்தில் சில காட்சிகளில் அவரது நடிப்பு சற்று அதிகமோ என்றுதான் படுகிறது.

**பீ**ட்டர் செல்லர்ஸ் எனக்கு விருப்பமான நகைச்சுவை நடிகர். அவரை வூடி ஆலனோடு ஒப்பிடலாம். ஆனால் வூடி ஆலனிடம் உள்ள அறிவார்ந்த நகைச்சுவை இவரிடம் கிடையாது. சாப்ளினோடு ஒப்பிட்டால் சாப்ளினின் உடல்மொழி இவருக்கு வராது. இது ஒரு தனிவகை. மலையாள சினிமாவில் இடம் பெறும் நகைச்சுவைக் காட்சிகளை ரசித்தவர்களுக்கு அந்த வகை காமெடியின் ஆதர்ச நாயகன் பீட்டர் செல்லர்ஸ் என்று புரியும். ஒரு சிறிய தடுமாற்றம் அடுத்தடுத்து எவ்வளவு குழப்பங்களை, சிக்கல்களை உருவாக்குகிறது என்பதே இந்த வகை காமெடியின் ஆதாரப்புள்ளி.

இன்று முழுமையான நகைச்சுவைப் படங்களைக் காண்பது அரிதாகவே இருக்கிறது. நகைச்சுவை என்ற பெயரில் பாலியல் கேலிகளும், அடுத்தவரின் பலவீனங்களை நகையாடுவதும், அடி உதை வாங்கிச் சிரிக்க வைப்பதுமே தொடர்ந்து முன்னிறுத்தப்படும் சூழலில் சாப்ளின் மற்றும் பஸ்டர் கீட்டனின் நகைச்சுவை படங்களை முக்கியமானதாக முன்னிறுத்தப்பட வேண்டியுள்ளது. ஹாலிவுட் சினிமாவில் ரொமான்டிக் காமெடி என்றொரு தனிப்பிரிவே இருக்கிறது. இதில் பெரும்பான்மை காதலை மையமாகக் கொண்டு நடைபெறும் குழப்பங்கள், சிக்கல்களைப் பேசுவது. அவற்றில் நகைச்சுவையைவிட காமமே தூக்கலாக இருக்கும்.

கிளாசிக்கல் காமெடி என்று இன்னொரு வகையிருக்கிறது. அதில் நகைச்சுவை சிரிப்பை உண்டாக்குவதன் வழியே கலாச்சாரத்தின் போலித்தனத்தை, மனிதர்களின் அபத்தமான நடவடிக்கைகளை, விசித்திரமான ஆசைகளை, பணமும் அதிகாரமும் மனிதனை எப்படி சிறுமைப்படுத்துகிறது என்பதைப் பகடியாகச் சொல்லக்கூடியது. காட்சிகளின் ஊடே எழும் சிரிப்பொலிக்குப் பின்னே மறுக்கமுடியாத உண்மைகள் இருப்பதே அதன் பலம். நகைச்சுவை நடிகன் ஒரு பாதி குழந்தையாகவும் ஒரு பாதி ஞானியாகவுமிருக்கிறான். எதை எப்போது எப்படி வெளிப்படுத்துவான் என்பதில்தான் அவனது தனித்துவமிருக்கிறது. முட்டாள் தனத்தை தனது அடையாளமாகக் கொள்வதே பெரும்பான்மை நகைச்சுவை நடிகர்களின் பாணி. அந்த முட்டாள் தனத்தின் பின்னே பகிர்ந்துகொள்ளப்படாத அன்பிருக்கிறது. வாழ்வியல் தந்திரங்களுக்குத் தன்னை ஒப்புக்கொடுக்க முடியாதவனின் அவலம் ஒளிந்திருக்கிறது.

பீட்டர் செல்லர்ஸின் பார்ட்டி படம் முழுக்க நம்மைச் சிரிக்க வைத்து சந்தோஷத்தில் திளைக்கச் செய்கிறது. நீண்ட நாட்களுக்குப் பிறகு காட்சிக்குக் காட்சி கைதட்டி சிரித்து மகிழ்ந்தேன். என்னோடு படம் பார்த்துக்கொண்டிருந்த எனது மகனின் இடைவிடாத சிரிப்பும் சந்தோஷமும் 1968இல் வெளியான படம் இன்றைக்கும் புதிதாகவே இருக்கிறது என்பதையே உறுதிப்படுத்தியது.

இந்தப் படத்தில் பீட்டர் செல்லர்ஸ் ஹுருண்டி வி. பக்சி என்ற கதாபாத்திரத்தில் நடித்திருக்கிறார். சாபு தஸ்தகீர் என்ற

இந்திய நடிகன் ஹாலிவுட்டில் மிகுந்த புகழ்பெற்றிருந்ததைப் பற்றி, நானே முதல் இந்திய நடிகன் என்று ஒரு கட்டுரை எழுதியிருக்கிறேன். அந்த சாபுவைக் கிண்டலடிப்பது போன்ற கதாபாத்திரம்தானிது.

மைசூரில் யானைப்பாகனாக இருந்த சாபுவை ஹாலிவுட் படத்தில் நடிக்க அழைத்துப்போனார் கிரிபித். அதன்பிறகு அலெக்சாண்டர் கோர்டாவின் படத்தில் சாபு நடித்துப் புகழ்பெற்றார். உண்மையில் சாபு இதுபோல ஒரு சினிமா தயாரிப்பாளரின் விருந்திற்குப் போய் நடனமாடத் தெரியாமல் அவமானப்பட்டு அதிகமாக குடித்துச் சண்டையிட்ட சம்பவம் நிஜமாக நடந்தேறியிருக்கிறது.

பீட்டர் செல்லர்ஸ் இந்தியர்களைக் கிண்டல் செய்யவில்லை. மாறாக, ஒரு இந்திய நடிகனை அமெரிக்க சினிமாவுலகம் எப்படி நடத்துகிறது என்பதையே அதிகம் கிண்டல் செய்கிறார். ஒரு படத்தில் நடிப்பதற்கு இந்திய நடிகன் படும்பாடு இருக்கிறதே அது உயர்வான நகைச்சுவை.

படத்தின் துவக்க காட்சியில் பக்சி ஒரு வரலாற்று சினிமாவில் துணை நடிகராக நடிக்கிறார். எக்காளம் ஊதும் ஒரு சிறிய கதாபாத்திரம். மலையின் மீது நின்றபடியே எக்காளம் ஊதக் காத்துக் கொண்டிருக்கிறார். அவரை எதிரிகள் சுற்றி வளைத்துச் சுடுகிறார்கள். துப்பாக்கி குண்டு ஏந்திய படியே எக்காளம் ஊதுகிறார். ஒரு கூட்டமே அவரைச் சுற்றிவளைத்துச் சுடுகிறது. குண்டடிபட்டு தரையில் உருண்டு விழுந்தும் எக்காளம் ஊதுவதை நிறுத்தவேயில்லை. முடிவாக மிஷின் கன்னால் மாறிமாறிச் சுடுகிறார்கள். அப்படியும் அவர் முழு பலத்தையும் கொண்டு எக்காளம் ஊதுகிறார். இயக்குனர் 'போதும் நிறுத்துங்கள்' என்று கட் சொல்லியும் இடைவிடாமல் ஊதிக் கொண்டேயிருக்கிறார்.

படப்பிடிப்புக் குழுவே கேலி செய்கிறது. ஆனால் பக்சி தன் நடிப்பை நிறுத்தவேயில்லை. உயிரைக் கொடுத்து நடிப்பது என்று சொல்கிறோமே அதை நிஜமாக்கிக் காட்டுகிறார் பக்சி. அந்த துவக்கக் காட்சி ஒன்று போதும், படம் எப்படிப்பட்டது என்பதற்கு. பக்சியின் அடுத்தடுத்த செயல்கள் சிரிப்பை அள்ளிக்கொண்டு செல்கின்றன.

இப்படிக் குழப்பம் விளைவிக்கும் பக்சி இனிமேல் எந்த ஹாலிவுட் படத்திலும் நடிக்கக் கூடாது என்று ஆத்திரப்பட்ட இயக்குனர், தனது தயாரிப்பாளருக்கு போன் செய்து அனைத்து சினிமா கம்பெனிகளுக்கும் அவரைத் தடை செய்யும்படி, அவர் பெயரை பிளாக் லிஸ்ட் செய்யப் பரிந்துரைக்கிறார். ஆனால் அது தவறாக, தயாரிப்பாளர் வீட்டில் நடைபெற உள்ள விருந்தினர் பட்டியலில் போய் சேர்ந்து விடுகிறது.

பிரபலமான ஹாலிவுட் தயாரிப்பாளர் வீட்டில் நடைபெறும் விருந்திற்குப் போய் பீட்டர் செல்லர்ஸ் என்னவிதமான அழிம்புகளைச் செய்கிறார் என்பதே படம். இந்தப் படத்தில் பல காட்சிகள் அப்படியே தமிழ் மற்றும் ஹிந்தி, மலையாளப் படங்களில் உருவி எடுக்கப்பட்டிருக்கின்றன. விருந்தில் கோழிக்கறி சாப்பிடுவது, அழுக்கான கைகளைக் கழுவ முற்படுவது, சிறுநீர் கழிக்க இடம் தேடி அலைவது, தனது வெள்ளைக் காலணிகளைக் கறுப்பாக்கிவிட்டு அதைச் சுத்தப்படுத்த மேற்கொள்ளும் எத்தனிப்பு, ஒலிபரப்பி வழியாகப் பேசும் காட்சி, மன்னிப்பு கேட்கப் போய் அவதிப்படும் காட்சி என்று ஒன்றுக்கு மேல் ஒன்றாக நம்மைச் சிரிக்க வைத்துக்கொண்டேயிருக்கின்றன.

மன அழுத்தம், வேலை நெருக்கடி என்று அவதியுறும் பலருக்கும் இந்தப் படம் ஒரு மருந்து என்றே சொல்வேன். இவ்வளவு கேலி, கிண்டல்கள் இருந்தாலும் அதன் அடிநாதமாக ஒரு இந்தியன் ஹாலிவுட் சினிமாவில் வெற்றி பெறுவதற்கு எவ்வளவு அவமதிப்புகள், இன துவேசங்கள், அவமானங்களைத் தாண்டி வரவேண்டியிருக்கிறது என்பதையும் சுட்டிக்காட்டுகிறார்.

பீட்டர் செல்லர்ஸின் முகபாவம் நிமிடத்துக்கு நிமிடம் மாறிக் கொண்டேயிருக்கிறது. அவரது கண்கள் தான் அவரது பலமே. அதை எப்படியெல்லாம் மனிதன் பயன்படுத்துகிறார்! படத்தில் பாதிக் காட்சிகளில் வசனமேயில்லை. உண்மையில் வசனம் தேவையற்ற காட்சிகள் அவை. பீட்டர் செல்லர்ஸ் காட்சிகளைப் படப்பிடிப்பு

அரங்கில் நடித்துப் பார்த்துப் பார்த்து மேம்படுத்தி உருவாக்குபவர். இப்படமும் அந்த வகையில்தான் உருவாக்கப்பட்டிருக்கிறது.

படத்தில் ஒரு மதுபரிசாரகன் வருகிறான். அவன் ஒவ்வொரு முறை பீட்டர் செல்லர்ஸிடம் குடிப்பதற்கு விஸ்கி அல்லது வோட்கா வேண்டுமா என்று தட்டை முன் நீட்டுவதும், அவர் வேண்டாம் என்றதும் அவனே அந்த மதுவைக் குடித்துவிட்டுச் செய்யும் கலாட்டாக்களும் நகைச்சுவையின் உச்சபட்சம். அன்றைய ஹாலிவுட் சினிமா உலகம் எப்படியிருந்தது என்பதற்கு இந்தப்படம் ஒரு சாட்சி. புதிதாக சினிமாவிற்கு வர விரும்பிய நடிகை ஒருத்தி பார்ட்டிக்கு வருகிறாள். பிரபலமான நடிகர் ஒருவர் தனது காதலியோடு விருந்திற்கு வருகிறார். சினிமாவை வெறும் வணிகமாகக் கருதும் நபர் விக் அணிந்து போலித்தனமாகப் பேசிக்கொண்டிருக்கிறார். இப்படி சகலரையும் பகடி செய்கிறது இப்படம்.

பீட்டர் செல்லர்ஸ் நினைவுபடுத்துகிறார். பார்ட்டியில் வெஸ்டர்ன் படங்களில் நடிக்கும் பலசாலியான ஒரு நடிகரை பக்சி கண்டுகொண்டு ஆட்டோகிராப் வாங்குவதும், அவர் பக்சியின் கையைப் பிடித்துக் குலுக்கி கையை முறித்துவிடுவதும் கேலியின் உச்சம்.

முடிவில் பக்சிக்குத் தான் சினிமாவில் தடைசெய்யப்பட வேண்டிய நடிகர் என்ற உண்மை தெரிய வருவதும், அதைச் சுற்றி நடக்கும் களேபரங்களும் வெடித்துச் சிரிக்க வைப்பவை. சாபுவின் நிஜவாழ்வில் நடந்தது போலவே ஹுருண்டி வி. பக்சியும் கடைசியில் மோனட் என்ற நடிகையைக் காதலிக்கத் துவங்குகிறார். அந்தக் காதலை அவளும் ஏற்றுக் கொள்கிறாள்.

இந்தப் படத்தை ஆகச்சிறந்த கிளாசிக்கல் காமெடிப் படம் என்று 'டைம்' இதழ் வகைப்படுத்துகிறது. பிரபல பிரெஞ்சு நகைச்சுவை நடிகரான Jacques Tatiயின் படங்களைப் போலவே இப்படம் உருவாக்கப்பட்டிருக்கிறது. தாதியின் கதாபாத்திரம் போலவே பீட்டர் செல்லர்ஸ் நடந்து கொள்கிறார். In India, we don't think who we are We know who we are. என்பது போல பீட்டர் செல்லர்ஸ் கேலி செய்யும் வசனங்கள் அத்தனையும் குத்தல் நிரம்பியவை.

படத்தின் பின்னணி இசை குறிப்பிடத்தக்க ஒன்று. பார்ட்டி துவங்கியது முதல் முடிவது வரை ஒரே உடையில் வருகிறார் பீட்டர் செல்லர்ஸ். ஒரே வீடுதான் மொத்தப் படமும். ஆனால் அதற்குள்ளாக எவ்வளவு மாறுபட்ட காட்சிக் கோணங்கள், நிகழ்ச்சிகள். லூசியன் பெல்லார்டின் ஒளிப்பதிவு சிறிய அரங்கிற்குள் அதிகபட்சமான சாத்தியங்களை உருவாக்கி யிருக்கிறது. படத்தை பிளாக் எட்வர்ட்ஸ் இயக்கியிருக்கிறார்.

நினைத்து நினைத்து சிரிக்க வைப்பதே நகைச்சுவையின் உச்சநிலை. அதைத்தான் பீட்டர் செல்லர்ஸ் இப்படத்தில் செய்திருக்கிறார்.

# பளிங்கினால் ஒரு மாளிகை

'பளிங்கினால் ஒரு மாளிகை. பருவத்தால் மணிமண்டபம்' என்ற வல்லவன் ஒருவன் படப்பாடலைப் பல ஆண்டு காலமாகத் திரும்பத் திரும்பக் கேட்டுக் கொண்டேயிருக்கிறேன். ஒவ்வொரு முறையும் இப்பாடல் தரும் அனுபவம் புத்துணர்வூட்டுவதாகவே இருக்கிறது.

வேதா இசையமைப்பில் கண்ணதாசன் எழுதிய இப்பாடலை எல்.ஆர்.ஈஸ்வரி பாடும் முறை அபாரமானது. அவரது குரலில் தெறிக்கும் துள்ளல் இனிமை கேட்பவரை மயக்கமூட்டுவது.

இசையமைப்பாளர்களுள் வேதா என்கிற எஸ். வேதாச்சலம் மாறுபட்டவர். அவர் தென்னாப்ரிக்காவில் பிறந்தவர். மேற்கத்திய இசையை நன்றாக அறிந்தவர். ஹிந்தி மற்றும் ஆங்கிலப் பாடல்களை வேதா அப்படியே நகலெடுத்து தமிழில் பாடலாக்கியிருக்கிறார் என்ற குற்றச்சாட்டு அவர் மீது இருந்தபோதும் அவரது

இசையில் வெளியான பார்த்திபன் கனவு மற்றும் சித்ராங்கி போன்ற படங்களில் இசையமைத்த பாடல்கள் அவரது தனித்திறனைக் காட்டுகின்றன. ஸ்டுடியோக்களே அந்தக் காலத்தில் திரைப்படத்தின் விதியை முடிவு செய்தன. அதன் கட்டாயத்தினால்தான் ஹிந்தி மற்றும் ஆங்கிலப் பாடல்களைத் தமிழுக்கு நகலெடுத்துக் கொண்டு வந்திருக்கிறார்கள். அந்த நெருக்கடிக்குள் மாட்டிக் கொண்டவர்தான் வேதா.

நகலெடுப்பு, பாடல் விஷயத்தில் மட்டும் நடைபெறவில்லை; கதை, காமெடிக் காட்சிகள், உடையலங்காரம், அரங்க நிர்மாணம், சண்டைக்காட்சிகள் என சகல துறைகளிலும் இந்த நகலெடுப்பு நடந்திருக்கிறது. இன்றும் அது தொடரவே செய்கிறது. அந்தக் காலத்தில் அதிகம் நகலெடுக்கப்பட்டவை ஹாலிவுட் மற்றும் வங்காளப் படங்களே.

வேதாவைக் குற்றம் சொல்லும் யாரும் டி. ஆர். சுந்தரம் அப்படியே ஹாலிவுட் படங்களைத் தழுவி தமிழ்ப் படமாக்கியதைப் பற்றிப் பேசுவதில்லை. மேலும் அவரைப் போல இந்த நகலெடுப்பு வேலை செய்து லட்சக்கணக்கில் சம்பாதித்த தயாரிப்பாளர்களையோ, இயக்குனர்கள், நடிகர் – நடிகைகளையோ பற்றி யாரும் கறாராக விமர்சனம் செய்வதில்லை. வேதா இந்த நெருக்கடிக்குப் பலிகடா ஆனவர் என்பதே உண்மை.

தமிழ் சினிமா இசையில் அகத்தூண்டுதல் என்ற ஒரு கட்டுரையில் இசைவிமர்சகர் ஜி.சௌந்தர், இசையில் நகலெடுப்பிற்கும் உந்துதலுக்குமான வேறுபாட்டினைப் பற்றி சிறப்பாக எடுத்துக்காட்டுகிறார். தமிழ் திரையிசை பற்றி எழுதப்பட்ட சிறப்பான கட்டுரையது. இணையத்தில் வாசிக்கக் கிடைக்கிறது. இக்கட்டுரையில் சௌந்தர் முன்வைக்கும் சில தகவல்கள் வியப்பூட்டுகின்றன.

‘தமிழ் செவ்வியல் இசையையும், நாட்டுப்புற இசையையும் பயன்படுத்தி வந்த தமிழ் சினிமாவை ஹிந்தி சினிமாவின் மெல்லிசைப் பாங்கான பாடல்கள் 1940களிலேயே ஆக்கிரமிக்கத் தொடங்கின. ஹிந்திப் பாடல்களின் மெல்லிசையின் இனிமையும் வாத்திய இசை இணைப்பும் பரந்துபட்ட மக்களைக் கவர்ந்ததில் வியப்பில்லை. இன்று மிகப்பெருமையாகப் பேசப்படும் பாடல்களில் சில ஹிந்தி,

வங்காள மொழிகளில் வெளிவந்த பாடல்களின் நேரடித் தழுவல்களாகவே இருந்துள்ளன. மீரா (1940) படத்தில் M.S. சுப்புலட்சுமி பாடிய 'காற்றினிலே வரும் கீதம்' என்ற புகழ்பெற்ற பாடல் இன்று ஒரு கிளாசிகல் தரத்திற்கு மதிக்கப் படுகிறது. மெட்டின் இனிமை, M.S. சுப்புலட்சுமி என்கிற புகழ் பெற்ற பாடகி, S.V. வெங்கட்ராமன் என்கிற புகழ்பெற்ற இசையமைப்பாளர் என்பவை பாடலின் புகழுக்கான காரணங்கள். குறிப்பிட்ட அந்தப் பாடல் 1935இல் ஜூதிகா ராய் என்ற வங்காளப் பாடகி பாடிய பாடலின் நகலாகும்.

'வதனமே சந்திர பிம்பமோ...' என்ற தியாகராஜபாகவதர் (படம்: சிவகவி – 1940) பாடிய பாடலும் வங்காள இசையமைப்பாளர் தாஸ் குப்தா (Das Guptha) அமைத்த நாட்டிய இசையில் இருந்து எடுக்கப்பட்ட டியூன் ஆகும்.

சகுந்தலை (1940) படத்தில் N.S.கிருஷ்ணனும், T.S.துரைராஜும் பாடிய 'தூர கடல் தாண்டி போவோமே மீன் பிடிப்போமே' என்ற பாடல் நல்ல நகைச்சுவைப் பாடல். 'அடிப்பியா...? அப்பன் மவனே சிங்கம்டா...' போன்ற வசனங்கள் கலகலப்பூட்டுபவை. நாட்டுப்புறப் பாங்கில் அருமையான மெட்டமைப்பைக் கொண்ட பாடல். இந்தப் பாடல் 1905ஆம் வருடம் தாகூர் இசையமைத்த 'எகல சோலே ரே' என்று ஆரம்பமாகும் பஜன் பாடலின் நகலாகும் என்கிறார்.

'பளிங்கினால் ஒரு மாளிகை' பாடலும் ஜாஸ் இசைப் பாடல் ஒன்றின் நகலெடுப்புதான். ஆர்ட்டி ஷாவின் இசைத் தொகுப்பான Begin the Beguine உள்ள Frenesi பாடலைத்தான் வேதா தமிழுக்கு ஏற்ப மாற்றியிருக்கிறார். ஆர்ட்டிஷாவின் இசை இப்பாடலை விடவும் வேகமான கதியில் உள்ளது.

ஆர்ட்டிஷாவின் இசையின் தழுவலாக இருந்தபோதும் இப்பாடலை எல்.ஆர். ஈஸ்வரி தனது குரலின் வழியாக எங்கோ மாயத்திற்கு எடுத்துப் போகிறார். பாடல் காட்சி, படத்தில் இடம்பெற்றுள்ள சூழல், விஜயலலிதாவின் அசத்தலான நடனம், அவர் அணிந்துள்ள கச்சிதமான உடை, ஒளிந்து ஒளிந்து தாக்க வரும் ரௌடிகள், ஆபத்தை எதிர்நோக்கி சலனமின்றி அவளது ஆட்டத்தை ரசித்துக் கொண்டிருக்கும் ஜெய்சங்கரின் முகபாவம், அச்சத்தை

அதிகப்படுத்தும் பாடல் வரிகள் என்று யாவும் சிறப்பாக ஒன்று சேர்ந்துள்ளன.

மாடர்ன் தியேட்டர்ஸ் தயாரிப்பில் வெளியான வல்லவன் ஒருவன், வல்லவனுக்கு வல்லவன், இரு வல்லவர்கள், சி.ஐ.டி. சங்கர் போன்ற படங்களைத் தனித்து எவரேனும் ஆய்வு செய்திருக்கிறார்களா எனத் தெரியவில்லை, இவை அவசியம் விரிவாக ஆராயப்பட வேண்டியவை. குறிப்பாக, ஜேம்ஸ்பாண்ட் படங்கள் தமிழுக்கு அறிமுகமான விதம் மற்றும் அதில் துப்பறியும் நாயகனாக நடித்து உருவான தென்னகத்து ஜேம்ஸ்பாண்ட் ஜெய்சங்கரின் நடிப்பு மற்றும் சண்டைக் காட்சிகள், இப்படங்களில் இடம்பெற்றுள்ள இசை மற்றும் பாடல்கள் போன்றவற்றின் பின்னால் ஒரு உளவியல் இருக்கிறது. இப்படங்கள் வழக்கமான கதாநாயக பிம்பத்தில் இருந்து மாறுபட்டது.

ஜேம்ஸ்பாண்ட் என்ற கதாபாத்திரம் கம்யூனிச எதிரியாகவும், பிரிட்டிஷ் உளவுத்துறையின் அடையாளச் சின்னம் போலவும் உலகம் எங்கும் சித்தரிக்கப்படுகையில் தமிழ் ஜேம்ஸ்பாண்ட் இது போன்ற சித்தாந்தம் எதுவுமற்றவராக உருவாக்கப்பட்டிருப்பது முக்கியமான ஒன்று. அதுபோலவே பிரிட்டிஷ் போலீஸ்துறையில் அடித்தட்டு மக்கள் சேரத் துவங்கியபோது அதை சகித்துக் கொள்ள முடியாமல் உருவாக்கப்பட்ட கதாபாத்திரமே துப்பறியும் நபர். அவர் ஒரு வழக்கறிஞராகவோ அல்லது அறிவாளியாகவோ இருப்பார். அவர் தனது புத்திசாலித்தனத்தை வைத்து எந்தக் குற்றத்தையும் கண்டுபிடித்துவிடுவார். அப்படி உருவாக்கப்பட்டவர்தான் ஷெர்லாக் ஹோம்ஸ். பாண்ட் இதே நோக்கத்தை தனது உடல்வலிமையாலும், புதிய தொழில்நுட்பத்தாலும் சாதித்துக் காட்டுகின்ற அசகாய சூரராக உருவாக்கப்பட்டார். அதே நேரம் ஜேம்ஸ்பாண்ட் ஒழுக்கசீலர் இல்லை. ஊருக்கு ஒரு பெண்ணோடு படுத்து உல்லாசம் அனுபவிப்பவர். தொடர்ந்து சிகரெட், குடி என்றிருப்பவர். விளையாட்டுபுத்தி கொண்டவர். ஆனால் விசுவாசி. இந்த பிம்பங்கள் எதுவும் தமிழ் சினிமாவின் துப்பறியும் கதாநாயகனுக்குக் கிடையாது. இங்கே துப்பாக்கியைப் பயன்படுத்தி சண்டையிடுவதுதான் சிஐடியின் ஒரே தகுதி. மற்றவிதங்களில் அவர் ஒழுக்கசீலராகவே

நடந்துகொள்பவர். கொள்ளைக்கூட்டத் தலைவனை அன்று பாஸ் என்று அழைத்தார்கள். இன்று அப்படி கதாநாயகனை அழைக்கிறார்கள். இந்த மாற்றத்தை ஆராய்வதன் வழியே தமிழ் சமூகத்தின் மீதான ஹாலிவுட் படங்களின் பாதிப்பை நுட்பமாக அறிந்துகொள்ள முடியும்.

1962ல்தான் ஹாலிவுட்டில் முதல் ஜேம்ஸ்பாண்ட் படமான Dr: No வெளியானது. இந்தப் படத்திற்கு யாரை ஜேம்ஸ்பாண்டாக நடிக்க வைப்பது என்பதைத் தேர்வு செய்வதற்காக ஒரு போட்டி நடத்தி ஆறு பேரைத் தேர்வு செய்திருந்தார்கள். அதில் ஜேம்ஸ் பாண்டாக நடிக்க தேர்வு செய்யப்பட்டவர் பீட்டர் ஆன்டனி. அவரால் ஜேம்ஸ்பாண்ட் கதாபாத்திரத்தை முழுமையாக உள்வாங்கிக் கொண்டு நடிக்க முடியவில்லை. ஆகவே தயாரிப்பு நிறுவனம் ஆறில் இருந்து வேறு ஒருவரைத் தேர்வு செய்ய முற்பட்டது. அப்படித் தேர்வானவர்தான் சீன் கானரி. அவரைத் தயாரிப்பாளருக்குப் பிடிக்கவில்லை என்றபோதும் வேறு வழியில்லை என்று அவர் கதாநாயகனாக நடிக்க ஒத்துக்கொண்டார். ஏழு படங்களில் ஜேம்ஸ் பாண்டாக நடித்துப் பெரும் புகழைப் பெற்றவர் சீன் கானரி. ஆனால் அவர் ஜேம்ஸ்பாண்டாக நடித்ததற்காக எந்த விருதையும் பெற்றதில்லை. ஜேம்ஸ்பாண்ட் 007 என்ற கதாபாத்திரத்தை உருவாக்கியவர் ஐயன் பிளெமிங். அவர் ராணுவத்தில் உளவாளியாகப் பணியாற்றியவர். உலக யுத்தத்தின்போது பிரிட்டிஷ் கடற்படையின் இரகசிய

தகவல் பிரிவில் பணியாற்றியிருக்கிறார் பிளெமிங். செய்தி சேகரிப்பிற்காக மாஸ்கோ போய்வந்த போதுதான் தனக்கு நாவல் எழுதும் திட்டம் தோன்றியதாகக் குறிப்பிடும் பிளெமிங் வெளியிட்ட முதல் ஜேம்ஸ் பாண்ட் நாவல் காசினோ ராயல். இது 1953ஆம் ஆண்டு வெளியானது. அதன் முகப்பு சித்திரத்தை பிளெமிங்கே வரைந்திருந்தார். தனது உளவுப்பணி அனுபவங்களை வைத்தே பிளெமிங் நாவல்களை எழுதியிருக்கிறார். பதிமூன்று ஆண்டு காலத்தில் பனிரெண்டு நாவல்கள், கட்டுரைத் தொகுப்புகளை எழுதியிருக்கிறார். இவை மூன்று கோடி பிரதிகளுக்கும் மேலாக விற்பனையாகியுள்ளன. அவர் இறந்தபோது விட்டுச் சென்ற சொத்தின் மதிப்பு மூன்று லட்சம் பவுண்ட்.

ஜேம்ஸ்பாண்ட் என்ற பெயரை அவர் எப்படி தேர்வு செய்தார் என்பதைப் பற்றி பிளெமிங்கே எழுதியிருக்கிறார். அமெரிக்காவில் இருந்த புகழ்பெற்ற பறவையியலாளர் ஜேம்ஸ்பாண்ட் மீது உள்ள அபிமானம் காரணமாக அந்தப் பெயரைத் தனது நாயகனுக்கு சூட்டியதாகக் குறிப்பிடுகிறார். ஐயன் பிளெமிங்கும் ஒரு பறவையியல் ஆய்வாளரே. 57 வயதில் மாரடைப்பால் பிளெமிங் இறந்து போனார். அவரது மகன் காஸ்பர் தனது 23 வயதில் போதை மருந்து பழக்கத்தால் தற்கொலை செய்துகொண்டான். 1981ல் அவரது மனைவியும் இறந்து போனார். இன்று அவரது குடும்பத்தில் நேரடிவாரிசு என்று ஒருவரும் கிடையாது.

ஜேம்ஸ்பாண்ட் படங்களுக்குக் கிடைத்த வரவேற்பு உலகெங்கும் தனியான ரசிகர் பட்டாளத்தை உருவாக்கியது. அதைத் தனக்கான முதலீடாக மாற்றிக்கொள்ளவே மாடர்ன் தியேட்டர்ஸ் நிறுவனம் முயன்றிருக்கிறது. ஒரு ஹாலிவுட் படத்தை அப்படியே எவ்விதமான முன் அனுமதியும் இன்றி நகலெடுத்து தனதாக்கிக் கொள்வதில் மாடர்ன் தியேட்டர்ஸ் முன்மாதிரியாக இருந்திருக்கிறது. அங்கே பணியாற்றிய கதாசிரியர்களுக்கு வேலை, இது போன்ற வெற்றிகரமான ஹாலிவுட் படங்களைத் தமிழுக்கேற்ப எப்படி மாற்றம் கொண்டு வருவது என்பதே. ஒரு தொழிற்சாலை போல கதை உருவாக்கம் நடைபெற்றிருக்கிறது. மாடர்ன் தியேட்டர் சுந்தரம் அமெரிக்க சினிமாவோடு நேரடியான தொடர்பு கொண்டிருந்திருக்கிறார். மேலும் அன்று உலகெங்கும்

நடைபெற்று வந்த வணிக சினிமா முயற்சிகள் அவருக்கு நன்றாகத் தெரிந்திருக்கின்றன. அதன் விளைவு தான் இது போன்ற ஹாலிவுட் நகலெடுப்புகள்.

வேதா தனக்குக் கொடுக்கப்பட்ட வேலையைச் சிறப்பாகச் செய்திருக்கிறார் என்றே சொல்வேன். காரணம், இது போன்ற இசையைக் கேட்டறியாத ஒரு சூழலுக்கு ஜாஸ் இசையின் நுட்பங்களை அறிமுகம் செய்தவர் வேதாதான். அவரைப்பற்றி வியந்து வியந்து கூறும் நடிகர் சந்திரபாபு, தனக்கு மேற்கத்திய இசையில் ஆர்வம் வந்ததற்கு வேதாதான் காரணம் என்று கூறியிருக்கிறார். வேதாவால் பிறமொழி இசைக்குக்கூட பொருத்தமான பாடல்வரிகளை எழுதி வாங்க முடிந்திருக்கிறது. ஹிந்தியில் இருந்து அவர் தமிழுக்குக் கொண்டு வந்த பாடல்கள் மொழிமாற்றுப் படங்களின் வெற்றிக்குப் பெருமளவு உதவியிருக்கின்றன.

குறிப்பாக, யார் நீ படத்தில் வேதா இசையில் இடம்பெற்றுள்ள பாடல்கள் யாவும் இசையமைப்பாளர் மதன்மோகன் இசையமைப்பில் வெளியான ஹிந்திப் பாடல்களின் நகலெடுப்பே. இவை ஹிந்தியில் இருந்து தமிழுக்கு வந்திருந்தபோதும் இன்றும் அவை பெரிதும் விரும்பிக் கேட்கும் பாடல்களாகவே இருக்கின்றன. அதற்குக் காரணம் வேதாதான் என்பேன். இந்திய திரையிசை உலகில் யார் யார் எந்தப் பாடல்களை எங்கிருந்து நகலெடுத்திருக்கிறார்கள் என்ற பட்டியலை உரிய பாடல்களுடன் வழங்குகிறது www.itwofs.com என்ற இணையதளம். ஒருமுறை இதற்குள் நுழைந்து திரும்பினால் நமது பிரமைகளில் பல உடைந்து நொறுங்கிப் போய்விடுகிறது.

வேதாவின் பாடல்கள் துப்பறியும் படத்திற்காகப் போடப்பட்ட ஒன்று என்றபோதும் தனித்துக் கேட்கையில் அது தரும் அனுபவம் உயர்வாகவே இருக்கிறது. சில வேளைகளில் பளிங்கினால் ஒரு மாளிகை கேட்கையில் காதலின் தவிப்பில் உருகும் பெண்ணின் குரல் பொங்கி வழிகிறது. குறிப்பாக, 'உறவு உறவு உறவு உறவு' என்று அந்தப் பெண்ணின் குரல் சொல்லுமிடத்தில் ஏக்கம் உச்சத்திற்கு செல்வதைப் போலிருக்கிறது. காலத்தை வென்று நிற்கும் பாடல்களில் இதுவும் ஒன்று. எல்.ஆர்.ஈஸ்வரியின் குரலை

வேறு யாராலும் ஒரு காலத்திலும் நிரப்பவே முடியாது. அதன் தனித்துவம், சொல்லித் தீராத பரவசம் என்றே சொல்வேன்.

Tintin and I என்ற டாகுமெண்டரிப் படத்தை சமீபத்தில் பார்த்தேன். உலகெங்கும் டின்டின் திரைப்படம் வெளியாகி பரபரப்பாகப் பேசப்படும் சூழலில் டின்டினை வரைந்த பெல்ஜிய ஓவியரான ஹெர்ஜி பற்றிய இந்த ஆவணப்படம் முக்கியமான ஒன்று.

எனது பள்ளிநாட்களில் டின்டின் காமிக்ஸின் ரசிகனாக இருந்தேன். டின்டின் என்ற சிறுவனைப் பிடித்ததற்கு முக்கிய காரணம், டின்டின் ஒரு ஸ்கவுட் உறுப்பினர். நானும் பள்ளிநாட்களில் ஸ்கவுட்டில் சேர்ந்திருந்தேன். ஆகவே அவனை சக சாரணச்சிறுவன் போலவே உணர்ந்தேன். இந்த ஆவணப்படத்தில் டின்டின் பிறந்த கதையை மிக சுவாரஸ்யமாக ஹெர்ஜி விவரிக்கிறார். வழக்கமான ஆவணப் படங்களில் இருந்து மாறுபட்டு அவரது வாழ்வும் சித்திரங்களும் நேர்காணல் செய்பவர்களின் அன்றாட வாழ்வும் ஒன்றுகலந்து இடைவெட்டிச் செல்கிறது. விளையாட்டாகத் துவங்கிய டின்டின் படக்கதை மெல்ல தேசிய முக்கியத்துவம் பெற்றதையும் இதற்கென உலகெங்கும் வாசகர்கள் உருவானதையும் பற்றி வியப்போடு பகிர்ந்து கொள்கிறார்.

சில ஆண்டுகள் மனநோய் காரணமாக தீவிரசிகிச்சை பெற்ற ஹெர்ஜி அந்த நாட்களில் தனது கனவுகள் யாவும் வெண்ணிறமாக இருந்தன. அப்போது வரைந்த 'நேபாளத்தில் டின்டின்' என்ற படக்கதையில் அத்தனையும் வெண்ணிறமாகவே வரைந்து தள்ளினேன் என்று கூறுகிறார்.

கத்தோலிக மதத்தின் ஈடுபாடு, அவரது ஞானத்தந்தை, மனைவி, நண்பர்கள் என்று அதுவரை உலகம் அறியாமல் இருந்த தனது கடந்தகாலத்தை முழுமையாக ஹெர்ஜி விவரிக்கிறார். அதில் தனது பால்யகாலம் ஒருபோதும் சொர்க்கமாக இருந்ததேயில்லை. நடுத்தர வர்க்க சூழ்நிலை காரணமாக குடும்பத்தில் ஏற்பட்ட நெருக்கடிகளே மனதில் நிற்கின்றன என்று விவரிக்கிறார்.

அவரது சித்திரஉலகின் திருப்பு முனையாகயிருந்தது Tchang Chongren என்ற இளம் சீன ஓவியரோடு ஏற்பட்ட நட்பு. ஷாங் புருசல்ஸ் ராயல் அகாதமியில் இளம் சிற்பியாக இருந்தார். அவர் வழியாக சீனக்கலை மரபின் அறிமுகமும் சீனக்கவிதைகளும் தத்துவமும் ஹெர்ஜிக்கு அறிமுகமாயின. அந்தப் பாதிப்பு அவரது முந்தைய சித்திரங்களில் இருந்து முற்றிலும் மாறுபட்டதொரு வெளிப்பாட்டினை உருவாக்கியது. 1936ஆம் வருடம் வெளியான The Blue Lotus சித்திரக்கதை சீனவீதிகளையும், நெருக்கடியான சீன அரசியல் சூழலையும் துல்லியமாக வெளிப்படுத்தியது. அதன் காரணமாக டின்டின் படக் கதைகள் சீனாவில் பெரிய அளவு வாசிக்கப்பட்டன.

தனது ஒவ்வொரு சித்திரக்கதைக்கும் படம் வரைய அவர் மேற்கொண்ட ஆய்வுகள், குறிப்புகள், மாதிரிப் புகைப்படங்களைக் காணும்போது அவரது முயற்சியின் பின்னுள்ள அயராத உழைப்பு வியக்கக் கூடியதாக இருக்கிறது.

இரண்டாவது உலக யுத்த நாட்களில் அரசியல் காரணங்களுக்காக நான்குமுறை கைது செய்யப்பட்டார் ஹெர்ஜி. சிறையில் இருந்து வெளியே வந்தபிறகு பதிப்பாளர் எவரும் கிடைக்காமல் சிரமப்பட்டிருக்கிறார். பின்பு புதிய பதிப்பகத்தின் வழியே துவங்கிய பயணம் இறுதிவரை அவருக்கான தனிவாசக வட்டத்தை உருவாக்கியது.

இந்த ஆவணப்படத்தின் நெகிழ்வான விஷயம், இருபத்தைந்து ஆண்டுகள் ஒருவரையொருவர் பார்த்துக்கொள்ளாமல் இருந்த ஷாங்கும் ஹெர்ஜியும் மறுமுறை சந்தித்துக்கொள்ளும் அற்புதமான தருணம். விமானநிலையத்தில் அவர்கள் ஒருவரையொருவர் கட்டிக் கொண்டு பேசமுடியாமல் தடுமாறுகிறார்கள். மறுநாள் இருவரும் ஒன்றாகத் தொலைக்காட்சி நேர்காணலில் மாணவர்களுடன் இணைந்து உரையாடுகிறார்கள். இந்தப் பகுதி ஒரு நாவலின் எழுச்சி தரும் அத்தியாயம் போல நெகிழ்வாகயிருக்கிறது.

நோய்மையுற்று தனது 75வயதில் ஹெர்ஜி இறந்து போனார். 1929ஆம் ஆண்டு டின்டின் தொடர்சித்திரங்களாக வெளியாக ஆரம்பித்தது. மொத்தம் 23 புத்தகங்கள் வெளியாகி உள்ளன. இன்றுவரை 80 மொழிகளில்

*350 மில்லியன் பிரதிகள்* விற்றிருக்கிறது. டின்டின் சித்திரக்கதையில் வரும் கதாபாத்திரங்களுக்கு என்று தனி மியூசியம் அமைக்கப்பட்டிருக்கிறது. சிறுவர்களின் ஆதர்ச நாயகனாக டின்டினை உருவாக்கிய ஹெர்ஜி, அவன் தனது சாயலின் வடிவம் என்று ஒத்துக்கொள்கிறார்.

உலகெங்கும் நன்மையின் குரலை ஒலிக்கச் செய்யவே டின்டின் உருவாக்கப்பட்டிருக்கிறான். காமிக்ஸ் என்பது வெறும் பொழுது போக்கிற்கானது மட்டுமில்லை, அது உன்னதமான ஒரு கலைவடிவம். அதன் வழியே சகமனிதர்கள் மீதான அன்பையும் அக்கறையையும் சொல்ல முடிந்திருக்கிறது என்கிறார் ஹெர்ஜி.

டின்டின் மீதான இன்றைய இளம் தலைமுறையினரின் விருப்பம் அதையே காட்டுகிறது.

## திங்கள் மாலை வெண்குடையான்

'திங்கள் மாலை வெண்குடையான்' என்ற பாடலைக் கேட்டிருக்கிறீர்களா? கரும்பு படத்திற்காக சிலப்பதிகாரத்தின் கானல்வரியை இசையமைத்துப் பாடலாக்கியிருக்கிறார் இசையமைப்பாளர் சலீல் சௌத்ரி. கே.ஜே.ஜேசுதாஸின் குரலில் உருக வைக்கும் இப்பாடல் செவ்வியல் கவிதையின் சிறந்த இசை வடிவம் என்று சொல்வேன்.

இதே பாடல் பி.சுசிலாவின் குரலிலும் பாடப்பட்டிருக்கிறது. இரண்டில் எனக்கு ஜேசுதாஸின் திங்கள் மாலை மிகவும் பிடித்தமானது. எண்பதுகளில் இலங்கை வானொலியில் இப்பாடலை அடிக்கடி ஒலிபரப்பிக் கொண்டேயிருப்பார்கள். இன்று இணையத்தில் இப்பாடல் தரவிறக்கம் செய்து கேட்பதற்குக் கிடைக்கிறது.

1973ஆம் ஆண்டு தயாரிக்கப்பட்ட கரும்பு படத்தை நான் பார்த்ததில்லை.

அப்படம் செம்மீன் புகழ் ராமு காரியத் இயக்கத்தில் உருவானது என்கிறார்கள். படம் வெளியாகவேயில்லை என்று நினைத்துக்கொண்டிருந்தேன். ஆனால் வெளியாகி சரியாகப் போகவில்லை என்று சமீபத்தில் இணையதள செய்தி ஒன்றில் வாசித்தேன். அதன்பிறகு கரும்பு படத்தின் பிரதி எங்காவது கிடைக்கிறதா என்று தேடிவருகிறேன். இதுவரை கிடைத்த பாடில்லை.

சிலப்பதிகாரத்தின் இப்பாடலை சலீல் சௌத்ரி எப்படித் தேர்வு செய்தார், எந்த சூழ்நிலைக்குப் பொருத்தமாக இப்பாடல் படத்தில் இடம்பெற்றது போன்றவை தெரியவில்லை. ஆனால் பாடலைத் தனியாகக் கேட்கையில் சலீல் சௌத்ரி சிலப்பதிகாரத்தின் ஆதார உணர்ச்சியை நன்றாக அறிந்திருக்கிறார் என்றே தோன்றுகிறது.

இந்தியத் திரையிசையில் சலீல் சௌத்ரி மிக முக்கியமான இசையமைப்பாளர். இளையராஜா, ஏ.ஆர். ரஹ்மான் இருவரும் சலீல் சௌத்ரியின் தீவிர ரசிகர்களே. அவர்கள் இசையின் ஊடாக சலீல் சௌத்ரியின் இசை சாயல்களைக் காணமுடியும்.

இளையராஜா சலீல் சௌத்ரியின் குழுவில் கித்தாரும் காம்போ ஆர்கனும் வாசிப்பவராக இருந்திருக்கிறார். இதுபோலவே ஏ.ஆர். ரஹ்மானின் தந்தை ஆர்.கே. சேகர் சலீல் சௌத்ரியின் குழுவில் பணியாற்றியிருக்கிறார்.

சிலப்பதிகாரத்தின் இம்மூன்று வரிப்பாடலும் காவிரியாற்றைக் கருதிப் பாடப்பட்டமையின் ஆற்றுவரி எனப்படுகின்றன. ஊழ்தான் இப்பாடலைப் பாட வைக்கிறது. இரட்டைப் பொருள் வரும்படியாக கோவலன் பாடுகிறான். அதில் காவிரிப் பெண்ணே, உன் கணவன் கங்கை எனும் மங்கையைக் காதலித்து அவளைச் சேர்ந்தாலும் நீ அவனை வெறுப்பதில்லை, மறப்பதில்லை. காவேரியே! அது உனது பெருங்கற்பு நெறி. அதை நான் அறிந்துகொண்டேன், காவேரிப் பெண்ணே, நீ வாழ்க!

காவிரியே, உன் கணவன் கன்னி எனும் குமரியைக் காதலித்து அவளைச் சேர்ந்தாலும் நீ அவனை வெறுப்பதில்லை. அது உன்னுடைய பெருங்கற்பு நெறி என்பதை அறிந்தேன்.

காவிரியே நீ வாழ்க! என இன்னொரு பெண்ணோடு ஏற்படும் உறவு இயல்பானது என்ற தொனிவர கோவலன் பாடுகிறான். அந்த உட்பொருளைப் புரிந்துகொண்டவள் போலவே மாதவி பதிலுக்குப் பாடுகிறாள். அதைத் தவறாகப் புரிந்துகொண்டு அவள் மீது கோபம் கொண்டு விலகிப்போகிறான் கோவலன்.

ஊழ்தான் கோவலனைப் பாட வைக்கிறது. மாதவியின் பாடலைத் தவறாகப் புரிந்துகொள்ள வைக்கிறது. ஊழ் எனும் விசித்திரம் மனிதவாழ்வின் புரியாப் புதிராகவே இருந்து வருகிறது.

ஜேசுதாஸ் இப்பாடலை விழாவின் குதூகலத்தோடு பாடவில்லை. மாறாக, மீளமுடியாத நினைவுகளால் உந்துதலாகிப் பாடுகின்ற ஒருவனின் மனநிலையில் தான் பாடுகிறார். பாடலின் ஊடே சொல்ல முடியாத ஏக்கமே பீறிடுகிறது. காவேரியை ஒரு குறியீடு போலவே கோவலன் பயன்படுத்துகிறான். நடந்தாய் வாழி காவேரி என்று சொல்லும்போது கூட அது வாழ்த்தொலியாகக் கேட்பதில்லை. காவேரியின் இயல்பு அப்படிப்பட்டதுதான் என்று சுட்டிக்காட்டுவது போலவே உள்ளது.

ஒரு சொல் திரிந்தால்கூட அதன்வழியே ஆண் – பெண் உறவு கசப்பேறிவிடும் என்பதற்கு சிலப்பதிகாரத்தின் கானல்வரி சாட்சிபோல உள்ளது.

இப்பாடலை சலீல் சௌத்ரி இசையில் கேட்பது போன்ற மென்மையையும் ஏக்கத்தையும் சிலப்பதிகாரப் பிரதியாக வாசிக்கையில் நாம் உணர முடிவதில்லை. அதுதான் பாடலின் வெற்றி.

சிலப்பதிகாரப் பாடலைக் கேட்கையில், இதுபோல குற்றாலக் குறவஞ்சியின் பாடல்களை யாராவது இசையமைத்துப் பாடி ஒரு தொகுப்பாக வெளியிடக்கூடாதா என்ற ஆதங்கம் எனக்கு நெடும் காலமாகவே இருந்து வருகிறது.

நவீனத் தமிழ்க் கவிதைகளை கவிஞர் என்.டி. ராஜ்குமார் தனது குரலில் பாடிக் கேட்டிருக்கிறேன். சிறப்பாகப் பாடக் கூடியவர். ராஜ்குமார் மதுபானக்கடை படத்தில் பாடல்கள் எழுதியிருப்பதோடு, அவரே பாடியும் இருக்கிறார். படத்தின் முக்கிய கதாபாத்திரமாக வெகுசிறப்பாக நடித்துமிருக்கிறார்.

கவிஞர் ரவி சுப்ரமணியம் நவீனக் கவிதைகளில் சிறப்பானவற்றைத் தேர்வு செய்து அற்புதமாகப் பாடி வருகிறார். அவர் ஒரு சிறந்த பாடகர். அந்தப் பாடல்களைக் கேட்டபோது இதை தனித்த இசைத் தொகுப்பாக வெளியிட வேண்டும் என்று கூறினேன். பொருளாதார உதவிகள் இல்லாமல் போவது அதற்கான முக்கிய தடை என்று சொன்னார். எவ்வளவோ தமிழ் அமைப்புகள், ஸ்பான்ஸர்கள் ஒன்றுக்கும் உதவாத காரியங்களுக்கு ஏராளமாகப் பணம் செலவிடுகிறார்கள். ஆனால் இதுபோன்ற அரிய முயற்சிகளுக்கு உதவி செய்வதற்கு யாரும் முன்வரவில்லை என்பது வருத்தம் தரக்கூடிய ஒன்றே.

**வி**ருப்பமான திரைப்படப் பாடல்களைக் கேட்கையில் ஏதேதோ தொடர்பற்ற நினைவுகள் மனதில் பீறிடுகின்றன. ஒருவேளை அதற்காகத் தான் அப்பாடலைக் கேட்கிறேனோ என்னவோ! நினைவின் ஆழத்தில் புதையுண்டு போயிருந்த சிலரது முகங்கள், சிலரது குரல், சிலரது சிரிப்பு, அழுகை, வெட்கம், ஏக்கம் என ஒவ்வொன்றாக மேலெழுந்துவர மனது அலைபுரளத் துவங்கிவிடுகிறது. அதற்காக ஒரே பாடலைத் தொடர்ச்சியாகக் கேட்டுக்கொண்டே யிருந்திருக்கிறேன்.

முப்பது நாற்பது முறை கேட்டாலும் அலுப்பதேயில்லை. காரணம், பாடல் மறைந்து போய் பாடல் வழியாக ஏற்படும் உணர்வுகள் மட்டுமே ஆக்ரமித்துக்கொள்கின்றன. ஆழ்கடலில் நீந்துபவர்கள் சுவாசக்கருவியை வாயில் பொருத்திக்கொண்டு அடியாழத்திற்குப் போவது போல பழைய பாடல்களின் வழியாகத்தான் நினைவின் இருண்ட அடியாழங்களுக்குள் போகமுடிகிறது.

நெருக்கமான நண்பனை நீண்ட காலத்திற்குப் பிறகு திடீரென ஒரு இடத்தில் சந்தித்து கையைப் பற்றிக் கொள்வதைப் போல உணர்ச்சிபூர்வமாகச் சில பாடல்களை மறுபடி கேட்டிருக்கிறேன். அந்தத் தோழமை உணர்வும் நெருக்கமும் மிகுந்த நெகிழ்வூட்டவும் கூடியது.

இசையமைப்பாளர்கள் நம்மை ஆறுதல் படுத்துகின்றவர்கள். மனசாந்தியும் அமைதியும் தரும் மருத்துவர்கள். சில

பாடகர்களின் குரல்கள் நம் ஆறாத காயங்களைத் தொட்டுத் தடவி சொஸ்தப்படுத்துகின்றன. சில குரல்களை மருந்துபோல தினசரி கொஞ்சம் குடிக்க வேண்டியிருக்கிறது. பாடகர்கள் மறைந்துபோன பிறகும் அவர்களது குரல்கள் நம்மை வாழ வைத்துக்கொண்டிருக்கின்றன என்பது எவ்வளவு பெரிய விந்தை! குரல்களை வைத்து முகங்களைக் கற்பனை செய்து கொள்வது ஒரு விளையாட்டு. கற்பனைதான் அதன் ஆதாரம்.

தனிமையை மனது உணரும் தருணங்களில் எல்லாம் அது இசையிடம் தஞ்சமடைந்துவிடுகிறது. ஒரு நல்ல பாடல் போதும் துணையிருப்பதற்கு. மனிதர்களே இல்லாத இடத்தில் கூட வசித்துவிடலாம். இசையில்லாத இடத்தில் வசிப்பது இயலவே இயலாது.

அபூர்வமாக சிலரது குரல்கள் மின்மினிப்பூச்சிகள் போல ஒளிர் கின்றன. அந்த வெளிச்சம், அதன் தூய்மை, ஈர்ப்பு, நெருக்கம், அது தரும் ஆறுதல், அதை எப்படிச் சொல்லிப் புரிய வைப்பது? கையில்லாத ஊமை கண்ணால் காவல் காக்கும் வெண்ணெய் உருகுவது போன்று என்று கவிதை சொல்கிறதே கிட்டத்தட்ட அதே மனநிலைதான். அப்படி சமீபமாக கேட்டுக்கொண்டேயிருக்கும் பாடல் ரோசாப்பூ ரவிக்கைக்காரி படத்தில் இடம்பெற்றுள்ள வாணி ஜெயராமின் 'என்னுள்ளில் எங்கோ ஏங்கும் கீதம்' ஒரேயொரு முறை இப்பாடலைக் கேட்டுப்பாருங்கள். அதிலிருந்து உங்களால் மீளவே முடியாது.

வாணி ஜெயராமின் குரலில்தான் எத்தனை மிருது! சீனத்து செம்பட்டுத் துணியைக் கையில் தொட்டுப் பார்ப்பது போன்றது தானா, இல்லை குழந்தை கன்னங்களின் மிருதுவா, நீலநிற வண்ணத்துப்பூச்சி காற்றில் சிறகடித்தபடியே மிதக்குமே அதுபோன்ற பரவசமா, இல்லை கண்ணாடி போன்ற சிறகுகளுடன் வெயிலில் கிறங்கி அலையுமே தட்டான் பூச்சி அதுபோன்ற வசீகரமா! வாணி ஜெயராமின் குரல் ஒரு விசித்திர மலரைப்போல உலகெங்கும் நறுமணத்தைப் பரவ விடுகிறது, அந்த சுகந்தம் கேட்பவர்மீது படிந்து கிறுகிறுக்கச் செய்கிறது.

இசைஞானி இளையராஜாவின் மிகச்சிறந்த பாடல்களில் இதுவும் ஒன்று. படமாக்கப்பட்ட விதமும் நன்றாகவே

உள்ளது. தீபாவின் முகத்தில் காணப்படும் சொல்லமுடியாத தவிப்பு, சிவச்சந்திரன் மெல்ல உரிமை எடுத்துப் பழகும் விதம், அந்த பைக் பயணம், மலையில் அவர்கள் சுற்றியலைவது, உங்களுக்கு ஆட்சேபணை இல்லேன்னா என்று கேட்கும் விதம் என பாடல் ஒரு சுழலைப்போல நம்மை உள்ளிழுத்துக் கொள்கிறது.

**ச**மகால உலக சினிமாவின் திரை இசையமைப்பாளர்களில் மைக்கேல் கலாசோ (Michael Galasso) தனித்து அறியப்படும் கலைஞர். இவர் இசையமைத்த In the mood for love திரைப்படம் நவீன சினிமாவில் இசையின் பங்கு எவ்வளவு வலிமையாக இருக்க வேண்டும் என்பதற்கு ஒரு முன் உதாரணம்.

வொங்கர்வாயின் இயக்கத்தில் உருவான இப்படத்தைக் காட்சியியல் கவிதை என்று சொல்லவேண்டும். ஒளிப்பதிவும் இசையுமே படத்தின் ஆதாரத் தூண்கள். மாறுபட்ட காதல் கதையை மயக்கமூட்டும் ஒளிப்பதிவாலும், இசையாலும் நவீன காவியமாக மாற்றியிருக்கிறார் வொங்கர் வாய். படத்தின் ஒளிப்பதிவாளர் கிறிஸ்டோபர் டாயல். ஓவியங்களில் நாம் காணும் மஞ்சள் – சிவப்பு ஒளியமைப்பை இவர் சிறப்பாகப் பயன்படுத்தியிருக்கிறார். மரபை மீறிய ஒளிப்பதிவு முறை இவருடையது. ஒளிப்பதிவில் அக்கறை கொண்ட

ஒவ்வொருவரும் கட்டாயம் பார்க்க வேண்டிய படம் இன் தி மூட் பார் லவ் மைக்கேல் கலாசோ மரபான இசைக் குடும்பத்தைச் சேர்ந்தவர். மூன்று வயதில் வயலின் கற்றுக்கொள்ளத் துவங்கிய கலாசோ பதினோரு வயதில் விவால்டியின் வயலின் இசையைத் தனித்து நிகழ்ச்சி நடத்திக் காட்டுமளவு திறன் பெற்றார். முப்பது வயதில் வயலின் இசையின் தனிப்பெரும் சாதனைக் கலைஞரான மைக்கேல் கலாசோ இன்று மேடை நாடகம், நடனம், சினிமா, தனி இசை என்று இசையின் பல்வேறு தளங்களில் தொடர்ச்சியாக இயங்கி வருகிறார்.

இவரது இசை மேற்கத்திய செவ்வியல் தன்மைகளுடன் மத்திய ஆசிய இசையை ஊடுகலக்கக்கூடியது. குறிப்பாக, ஈரான் மற்றும் பெர்சிய இசைக்கருவிகளை இவர் கையாளும் விதம் வெகு நேர்த்தியாக அமைந்திருக்கிறது.

இன் தி மூட் பார் லவ் படத்தில் நிறைய காட்சிகள் வசனம் அற்றவை. ஒருவரையொருவர் மௌனமாகப் பார்த்துக்கொள்வது மற்றும் மாடிப்படிகளில் ஏறி இறங்குவதும். மழையை வேடிக்கை பார்ப்பது, தனிமையில் காத்திருப்பது என்று காட்சிப் படிமங்கள் வழியாக நீளக்கூடியது. அந்த மௌனத்தை தன்னுடைய இசையின் வழியாக உயர்ந்த மனவெழுச்சியாக மாற்றியவர் மைக்கேல் கலாசோ.

ஒரு சர்வதேச திரைப்பட விழாவில் வொங்கர்வாயைச் சந்தித்த கலாசோ தனது இசைத்தட்டுகளை அவரிடம் தந்திருக்கிறார். ஆனால் வொங்கர்வாய் அதைக் கேட்டுப் பதில் சொல்லவேயில்லை. ஆனால் இரண்டு ஆண்டுகளுக்குப் பிறகு திடீரென தனது புதிய படம் ஒன்றிற்கு இசையமைக்க முடியுமா என்று கேட்டுப் படமாக்கப்பட்ட பகுதிகளை அவரது பார்வைக்காக அனுப்பியிருக்கிறார். தான் அதற்கு முன்னால் இப்படியொரு காட்சிப்படிமங்களைத் திரையில் கண்டதில்லை என்று வியந்த மைக்கேல் உடனே கிளம்பி ஹாங்காங் சென்று படத்தின் கதை நடந்த இடங்கள், நடிகர்கள் என்று கதை நடைபெறும் சூழலைப் புரிந்துகொள்ள நிறைய மெனக் கெட்டிருக்கிறார்.

கதை ஆழமான சோகத்தையும் வெளிப்படுத்தப்படாத காதலையும் சொல்கிறது என்பதால் படத்தின் மையப்

படிமம் போன்ற சிறிய இசைக்கோர்வை ஒன்றை உருவாக்க முயற்சித்தார். இதற்காக செல்லோ இசைக்கருவியைப் பிரதானமாகத் தேர்வு செய்துகொண்டார். செல்லோ வயலின் மற்றும் கிதார் மூன்றும் இணைந்து உருவான அந்த இசைக்கோர்வை மனதை மயக்குவதாக அமைந்தது.

இசையின் துள்ளலுக்கு ஏற்ப கேமிரா நகர்வதும் ஒளியும் இருளும் இசையின் மொழியாக வெளிப்படுவதும் போன்று இணைந்திருப்பது அற்புதமான அனுபவம்.

இதுபோலவே படத்தின் இன்னொரு பிரதான இசைத்துண்டு, ஆங்கோர்வாட்டில் உள்ள இடிபாடுகளில் தன் மனதின் ரகசியங்களை வெளிப்படுத்தும் கதாநாயகனின் செயல்பாட்டினை விளக்குகிறது.

இதில் இதயம் ஒலிப்பது போன்று மெல்லிய தாள இசையும் செல்லோவும் சேர்ந்து ஒலிக்கிறது. மனிதர்கள் அறியாத தொலைவிற்கு ரகசியங்கள் பயணிக்கின்றன என்று உணர்த்தும் இந்த இசைத்துண்டில் ரகசியம் வெளிப்படும் கணமும் அதிலிருந்து விடுபடும் மனிதனின் அக உணர்ச்சிகளும் பீறிடுகின்றன.

யூமோஜி தீம் எனப்படும் இன்னொரு இசைத்துண்டில் வயலோ பயன்படுத்தப்பட்டுள்ள விதம் அற்புதமானது. இந்த இசை தனிமையில் மனது கொள்ளும் தவிப்பைச் சிறப்பாக உணர்த்துகிறது. குறிப்பாக, அறையில் உள்ள இருள், தனித்து இருத்தல், புகை பிடித்தல் என்று காட்சிகளின் மீது இசை படர்ந்து பேரனுபவம் ஒன்றினைத் தருகிறது.

இந்தப் படத்திற்குக் கூடுதல் பங்களிப்பு செய்திருப்பவர் உமேபயாஷி என்ற ஜப்பானிய இசைக்கலைஞர். அவர் தனித்து இசையமைத்த பகுதிகள் இந்தப் படத்தின் சில காட்சிகளுக்காகப் பின்னணி இசையாக சேர்க்கப் பட்டிருக்கின்றன.

உமேபயாஷி ஜப்பானின் புகழ்பெற்ற ராக் இசைக்கலைஞர். ஜப்பானிய திரைப்படங்களுக்கும் இசையமைப்பாளராகப் பணியாற்றுகிறார். அவரது பங்களிப்பின் காரணமாக இன் தி மூட் பார் லவ் படத்தில் ஜப்பானிய இசைமரபும் சேர்ந்து ஒலிக்கிறது. ஷாங் இமுவின் தி ஹவுஸ் ஆஃப் பிளையிங் டாகர்ஸ் படத்திற்கு இசையமைத்தவர் உமேபயாஷியே.

இன் தி மூட் பார் லவ் திரைப்படம் திரை இசையின் அடுத்தகட்ட வளர்ச்சி. அதை சாத்தியமாக்கியவர் மைக்கேல் கலாசோ. இதன் பாதிப்பு, இன்று ஹாலிவுட் திரைப்படங்களில் கலாசோ பாணி இசையமைப்பினைப் பலரிடம் காண முடிகிறது என்பதே.

உமேபயாஷி கல்லூரி நாட்களில் ராக் இசைக் குழுவை நடத்தியவர். தனது இசைக்கான உந்துதலாக இருந்தவர் எரிக் கிளாப்டன் என்று கூறும் இவர், பீட்டில்ஸ் இசைக்குழுவின் தன்மைகள் தன்னிடம் அதிகம் பாதிப்பை உருவாக்கி உள்ளதாக ஒத்துக்கொள்கிறார்.

வொங்கர்வாய் படப்பிடிப்பிற்கு முன்னதாக இசைக் கலைஞருடன் பேசி படத்தின் முக்கிய பகுதிகள் அத்தனைக்கும் இசையமைப்பு செய்துவிடக்கூடியவர். அதன்பிறகு அந்த இசைக்கோர்வைகளைப் படப்பிடிப்பு நடக்கும் இடத்தில் இசைக்கச் செய்து அதன் நகர்விற்கு ஏற்ப காட்சிகளைப் படமாக்கக் கூடியவர். ஆகவே அவரது படத்தில் இசையமைப்பது என்பது இசைக்கலைஞர்களுக்குப் பெரிய சவால். அந்த சவால்தான் இன் தி மூட் பார் லவ் படத்தின் அருமையான இசைக்கான மூல காரணம்.

அவ்வகையில் நவீன சினிமாவில் இசை எவ்வளவு பிரதானமானது என்பதற்கு மைக்கேல் கலாசோவின் இசையமைப்பு சாட்சியாக உள்ளது.

## குற்றம் புரிந்தவன் வாழ்க்கையில்...

'குற்றம் புரிந்தவன் வாழ்க்கையில் நிம்மதி கொள்வதென்பதேது?' இந்தப் பாடலை எத்தனையோ பேருந்து நிலையங்களில், ரயில்களில், பிச்சைக்காரர்கள் பாடிக் கேட்டிருக்கிறேன். ஒவ்வொருவர் பாடும் போதும் அது அவர்களின் சொந்தத் துயரத்திற்காக அவர்களே பாடுகின்ற பாடலைப் போலவே இருக்கிறது. அதிலும் பாடலின் குறுக்காக எம்.ஆர்.ராதா, 'ஒழிந்தது என் ஆணவம், என் கர்வம், என் அகம் பாவம் அத்தனையும் அற்றுப் போய் விட்டது' என்று சொல்வதைப் பாடிய ஒரு பிச்சைக்காரன் அதற்கு மேலே பாட முடியாமல் போய் விக்கித்து அழுத காட்சி கண் முன்னால் அப்படியே இருக்கிறது.

ரத்தக்கண்ணீர் 1954ல் வெளியான படம். நேஷனல் பிக்சர்ஸ் தயாரிப்பில், கிருஷ்ணன் பஞ்சு இயக்கியது. அதற்குப் பிறகு எவ்வளவோ படங்கள் வந்துவிட்டன. எத்தனையோ பாடல்கள் வெளியாகி, புகழ்பெற்று, கால ஓட்டத்தில் மறைந்தும்

போய்விட்டன. ஆனால் இந்தப் பாடல் வெளியான நாளில் இருந்து இன்றுவரை சாமானிய மனிதனின் உதட்டில் ஒட்டிக் கொண்டேயிருக்கிறது.

சி.எஸ்.ஜெயராமன் இசையில், தஞ்சை ராமையாதாஸ் எழுதிய பாடலது. சி.எஸ். ஜெயராமன் சிறப்பாகப் பாடியிருப்பார். 'குற்றம் புரிந்தவன்' பாடலைப் படமாக்கியிருக்கும் விதம் அழகானது. பாலத்தின் அடியில் சகதிக்குள் விழுந்து கிடக்கும் மோகன், எழுந்து நடக்க முடியாமல் தடுமாறிப் புலம்புவதும் கடற்கரை சாலையில் யாசித்தபடியே கைவீசி நடந்துபோவதும் என மறக்கமுடியாத காட்சிகள் அவை.

தன்னுடைய குற்றத்தை ஒத்துக்கொள்ளும் ஒருவனின் மன அவஸ்தையைப் பாடும் இப்பாடல் தமிழ்மக்கள் ஆதார மனநிலைகளில் ஒன்றான சுயபரிதாபத்தைப் பிரதிபலிக்கிறது. இன்றைக்கும் இப்பாடலை அதிகமானோர் விரும்பிக் கேட்க அதுவே காரணம்.

ஒரு இலக்கிய நண்பரோடு சமீபத்தில் பேசிக்கொண்டிருந்த போது ஆதங்கத்துடன் கேட்டார்:

"தமிழ்ப் படத்தில் இப்போதெல்லாம் ஏன் தத்துவப் பாடல்கள் வருவதில்லை? சோகப்பாடலே படத்தில் கிடையாது. இன்றைய தலைமுறையினருக்கு ஏன் சோகப்பாடல்கள் பிடிக்காமல் போய் விட்டது? தமிழில் சோகப்பாடல் கேட்க மாட்டேன் என்று சொல்லும் இளவயதினர் ஆங்கிலத்தில் இதே பாடல்களை விரும்பி விரும்பிக் கேட்கிறார்களே, அது எப்படி?"

"சினிமாவில் இடம்பெற்ற சோகப்பாடல்களைத் தத்துவப் பாடல்கள் என்று நினைத்துக்கொண்டிருக்கும் பொதுப்புத்தி இன்னமும் எப்படி இருக்கிறது? சித்தர் பாடல்களும் தத்துவப் பாடல்கள், எம்.ஜி.ஆர்., சிவாஜியின் சோகப்பாடல்களும் தத்துவப் பாடல்கள் என்றால் இரண்டிற்கும் இடையில் வேறுபாடு இல்லையா?" என்று கேட்டேன்.

அவர் ஒரு எளிமையான பதில் சொன்னார்:

"என்னைப் பொறுத்தவரை வாழ்க்கைத் துயரங்களில் இருந்து சாதாரண மனிதனை ஆறுதல்படுத்துகிற பாடல்கள் தத்துவப்

பாடல்கள். சித்தர் பாடல்கள் அதிகம் யோசிக்க வைக்கின்றன. சிந்தித்துப் புரிந்துகொள்ள வேண்டியிருக்கிறது. சாமானிய மனிதனுக்கு அதுவெல்லாம் தெரியாது. தன்னைத்தானே நம்பாதது சந்தேகம் என்ற பாடலைக் கேட்டிருக்கிறீர்களா, அதுதான் எனக்கு விருப்பமான தத்துவப் பாடல். அவ்வளவு எளிமையாக இருக்க வேண்டும்.”

சோகப்பாடல்கள் கேட்பதும் தமிழ் ரசனையின் முக்கியமான அம்சங்களில் ஒன்று. தொடர்ந்து மணிக்கணக்கில் சோகமான பாடல்களைப் பலராலும் கேட்க முடியும். சோகத்தை ரசிக்கிறார்களா என்ன... உண்மைதான் என்று தோன்றும். வாழ்க்கையின் நிலையா மையைச் சொல்லும் பாடல்களைக் கூட ரசித்து ரசித்து எப்படிக் கேட்க முடிகிறது? அது ஒரு மனநிலை. தனது துயரை ஏதாவது ஒருவிதத்தில் வடிகாலாக்கிக் கொள்ளும் உத்தி.

சோகப்பாடல்களை ஆண்கள்தான் அதிகம் கேட்கிறார்கள். அவர்களிடம் பேசித் தீர்க்கமுடியாத சோக ரகசியங்கள் நிறைய இருக்கின்றன. பிரிவை, தனிமையை ஆண் ஒருவிதமும் பெண் ஒருவிதமும் உணர்கிறாள். பெண் உணரும் பிரிவு கண்ணீராக வெளிப்பட்டுவிடுகிறது. ஆணின் தவிப்பிற்கு அடைக்கலம் தேவைப்படுகிறது அதில் ஒன்றுதான் சோகப்பாடல்கள்.

திருமணவீடுகளில் சோகப்பாடல்கள் ஒலிப்பதை விரும்ப மாட்டார்கள். அதை மீறவேண்டும் என்பதற்காகவே சிறுவயதில் ரிக்கார்ட் போடுகின்ற ஆளுக்குத் தெரியாமல் ‘ஆடி அடங்கும் வாழ்க்கையடா’ பாடலை எடுத்து வைத்துவிட்டு, அவன் அந்தப் பாடலை ஒலிக்க விட்டு கல்யாண வீட்டுப் பெரியோர்களிடம் திட்டு வாங்கிய நினைவுகள் பசுமையாக இருக்கின்றன. ஆனால் எந்தப் பாடலை ஒலிக்கக்கூடாது என்று திட்டினார்களோ அதே பெரியவர்கள் இரவில் ரேடியோவில் ‘ஆடி அடங்கும் வாழ்க்கையடா’ கேட்கையில் தன்னை அறியாமல் கண்ணைத் துடைத்துக்கொள்வதையும் கண்டிருக்கிறேன்.

தங்கப்பதுமை படத்தில் ‘கண்ணை கொடுத்தவனே எடுத்துக் கொண்டான்டி மானே’ என்று ஒரு பாடலிருக்கிறது. ரிக்கார்ட் டான்ஸ் நடத்தவருகின்றவன் குத்தாட்டப் பாடல்கள் முடிந்தவுடன் இதைப் பாடி ஆடுவான்.

அதுவரை வீட்டிற்குத் தெரியாமல் ரிக்கார்ட் டான்ஸ் பார்த்தவர்கள் முகம் வெளிறிப் போக, தனது குற்றத்தை உணர்ந்தவர்களைப் போல அமைதியாகி விடுவார்கள். இந்தப் பாடல் முடிந்தவுடன் அடுத்து அவன் பாடுவது...

'குற்றம் புரிந்தவன் வாழ்க்கையில் நிம்மதி கொள்வதென்பதேது?'

எம்.ஆர். ராதா போலவே கைகால்களை இழுத்துக்கொண்டு அவன் மேடையில் பாடும்போது பார்வையாளர்கள் தானும் அந்த குற்றமனநிலையை உணர்ந்து திருந்தியவர்கள் போல எழுந்து போவார்கள். ஆரோக்கியத்திற்காகத் தரப்படும் மூலிகையால் ஆன கசப்பு மருந்தைப் போல அந்தப் பாடல் ஒரு சமூகத்திற்குத் தொடர்ந்து பயன்பட்டுவருகிறது.

ஒரு காலத்தில் இந்தி திரைப்படத்தின் சோகப்பாடல்கள் தமிழகத்தில் மிகப்பெரிய அலையை உருவாக்கின. தேவதாஸ், அனார்கலி படங்களின் சோகப்பாடல்களை இன்றும் கேட்டு அழுபவர்கள் இருக்கிறார்கள். தமிழ் சோகப்பாடல்களில் ஆண் பாடும் பாடல், பெண் பாடும் பாடல் என்று இரண்டுவகை இருக்கிறது. ஆண்பாடும் சோகப்பாடல்களில் குற்றவுணர்ச்சி பிரதானமாகவும், பெண்பாடும் பாடல்களில் கையறு நிலை பிரதானமாகவும் இருக்கின்றன.

சுய இரக்கம் (Self - pity) கொள்வது தமிழ் கதாநாயகனின் அடிப்படை குணாம்சம். வெற்றிகரமான பல படங்களில் கதாநாயகன் தனது தவறை ஒருவன் சுட்டிக்காட்டும்போது கதாநாயகன் தன்னை ஏன் இந்த சமூகம் இப்படி நடத்தியது என்பதை அவனது பால்யவயதில் இருந்து பெரிய பட்டியல் போடுவான். சுய இரக்கம் கொள்ளாத கதாநாயகன் அபூர்வம். சரியோ, தவறோ அதற்குத் தானே காரணம் என்று சொல்லும் நவீன மனிதன் இன்னமும் தமிழ் சினிமாவிற்குள் வரவில்லை.

சுய இரக்கத்தின் முக்கியமான நிலை தன்னைக் குடும்பம் புரிந்து கொள்ளாமல் போய்விட்டது என்பது. அதைப் பெரும்பான்மை தமிழ்ப் படங்கள் போதும் போதுமென பயன்படுத்தி சலிப்பேற்றிவிட்டன. ஆனாலும் இன்றும் அதை நாம் கைவிடவில்லை. ஏன் ஒருவன் சுய இரக்கம் கொள்கிறான் என்றால் அவனது தன்னிலை பலவீனமாக இருப்பதால்தான்.

சுய இரக்கத்தை யாசிக்காத கதாநாயகன் என எனக்குத் தோன்றுவது ரத்தக்கண்ணீரில் எம்.ஆர். ராதா நடித்த மோகன் கதாபாத்திரம். இதே பெயர் கொண்ட நடிகர் மோகன் அதிகபட்ச சுய இரக்கத்தை வலியுறுத்திய கதாபாத்திரங்களில் நடித்திருக்கிறார். ஆனால் ரத்தக் கண்ணீரின் மோகன் தமிழ் சினிமாவில் அபூர்வமான கதாபாத்திரம். வெளிநாட்டில் படித்துவிட்டு வரும் நமது கலாச்சாரத்தை, பண்பாட்டைப் புரிந்துகொள்ளாமல் அதை சீரழித்துவிடுவான், குடும்ப உறவுகளை உடைத்து சிதைந்துவிடுவான் என்ற பொது எண்ணத்தில் உருவாக்கப்பட்ட கதாபாத்திரம் ஏராளம். பாகப்பிரிவினையில் எம்.ஆர். ராதா நடித்த சிங்கப்பூரான் என்ற கதாபாத்திரம் இதற்கு சரியான உதாரணம்.

ஆனால் வெளிநாட்டில் இருந்து வரும் மோகன் பகுத்தறிவை, விஞ்ஞானப் பார்வையை முன்வைக்கிறான். தனிமனித சுதந்திரம் குறித்துப் பேசுகிறான். பண்பாட்டின் பெயரால் பெண் அடிமைப்படுத் தப்பட்டிருப்பதைச் சொல்கிறான். அதே மோகன் இன்னொரு பக்கம் சுய இன்பங்களுக்காக எதையும் செய்பவனாகவும் இருக்கிறான். சீர்திருத்தம் பேசும் ஒருவன் எப்படி சுய இன்பத்திற்காக எதையும் செய்யமுடியும்

என்ற கேள்வி எழுகிறது. ஆனால் தமிழ் சமூகத்தில் இப்படியான மனிதர்கள் இருப்பது இயல்பானது.

இரட்டை நிலை கொண்ட அந்தக் கதாபாத்திரம் தனது நோய்மையின் வழியே தனது இரட்டைநிலையின் அபத்தத்தைப் புரிந்துகொள்கிறது. விதியின் பெயரைச் சொல்லி தன்னை நியாயப்படுத்திக் கொள்ளாமல் தனது வினைகளுக்குத் தானே பொறுப்பு என்று ஏற்றுக்கொள்கிறது.

படத்தின் முடிவில் தொழுநோயாளி போல உள்ள தனது தோற்றத்தைத் தான் சிலையாகச் செய்யவேண்டும் என்று வலியுறுத்துகிறான் மோகன். அது மிக முக்கியமான முடிவு. இதுவரை அதுபோல எங்கும் ஒரு மனிதனின் வீழ்ச்சியான நிலை சிலையாக வைக்கப்பட வில்லை. கம்பீரத்திற்கு, அழகிற்கு உள்ள முக்கியத்துவத்தை அகற்றி வீழ்ச்சியின் நிலையை அறிய வைக்கவேண்டும் என்ற மோகனின் முடிவு அவனது அறிவியல் பூர்வமான சிந்தனையில் உருவானது. அதனால்தான் தனது மனைவியை நண்பனே திருமணம் செய்து கொள்ள வேண்டும் என்கிறான் மோகன்.

தனிமனிதனுக்குள் புராணப்படங்களும், சாமிக்கதைகளும் உருவாக்கி வைத்திருந்த பாவம் குறித்த பிம்பங்களை 'ரத்தக்கண்ணீர்' உடைத்தெறிந்தது. அதே நேரம் தொழுநோய் பற்றிய தவறான ஒரு கருத்தையும் படம் முன்வைத்துவிட்டது.

விருதுநகர் பொருட்காட்சியில் ரத்தக்கண்ணீர் நாடகத்தை ராதா நடித்துப் பார்த்திருக்கிறேன். திருவாரூர் கே. தங்கராசு எழுதிய நாடகமது. ஆண்டுதோறும் எம்.ஆர்.ராதா மாரியம்மன் கோவில் திருவிழாவினை ஒட்டி நடக்கும் பொருட்காட்சியில் நாடகம் நடத்த வருவார். ஒருமுறை நாடகம் துவங்கும் முன்பு சொன்னார்:

"நான் நாத்திகவாதி. பெரியார் கட்சி. இவங்க கோவில் திருவிழாவில நாடகம் போட கூப்பிடுறாங்க. நானும் இவங்களை எப்படியாவது பகுத்தறிவு பக்கம் திருப்பி விடலாம்னு நினைச்சி வருசம்தோறும் நாடகம் போட்டுப் பாக்குறேன். இவங்க என்னை எப்படியாவது ஆத்திகம் பக்கம் திருப்பிடலாம்னு நினைச்சி கூப்பிட்டுக்கிட்டே இருக்காங்க. ரெண்டுமே நடக்கலை. இந்த ஊர் மாரியம்மன்

பவர் என்கிட்டே வொர்க் அவுட் ஆகலை. பாவம், சாமி வீக்கா இருக்கு. உண்மையைப் பேசுனா யாருக்கும் பிடிக்காது. ஆனா என்னாலே உண்மை பேசாம இருக்க முடியாது."

அதைக்கேட்டு கைதட்டிப் பொன்னாடை போர்த்தினார்கள். அதுதான் எம்.ஆர். ராதா. தனது மனசாட்சியின் குரலை எந்த சபையிலும் தைரியமாக ஒலித்த பகுத்தறிவாதி அவர். ரத்தக் கண்ணீரை சமீபத்தில் எனது நண்பரின் வீட்டில் அவரது பிள்ளைகளுடன் உட்கார்ந்து பார்த்தேன். பதின்வயதில் உள்ள அவர்கள் பெரும்பான்மை கறுப்பு வெள்ளை படங்களைக் கேலி செய்தபடியேதான் பார்ப்பார்கள். அன்றைய தமிழ் நடிகர்கள் யாவரும் மிகையாக நடிக்கிறார்கள் என்று பகடி செய்வார்கள். ஆனால் ரத்தக்கண்ணீர் பார்த்தபோது ரசித்துக் கொண்டாடி எம்.ஆர். ராதாவை வியந்து வியந்து பாராட்டினார்கள். அவர்களுக்குப் படத்தில் பிடிக்காத விஷயம், ராதா தொழுநோயாளியானது.

1954இல் வெளியான ரத்தக்கண்ணீரில் எந்த சமூகப் பிரச்சினை யெல்லாம் குறித்து ஆதங்கத்துடன் கேலியாக ராதா சுட்டிக்காட்டி னாரோ அவை இன்று அப்படியே எந்த மாற்றமும் இன்றி விஸ்வரூபம் எடுத்து வளர்ந்திருக்கிறது. ஆனால் சுட்டிக்காட்டி கேட்ட ராதா நம்மிடம் இல்லை. அந்த வெற்றிடம் நிரப்பப்படமுடியாத ஒன்று.

எம்.ஆர்.ராதா பேசும் வசனங்களில்தான் எவ்வளவு கூர்மை, தெளிவு. திருவாரூர் தங்கராசுவின் வசனங்களை ராதா தனக்கேற்ப மாற்றிப் பேசுகிறார்.

"தொழிலாளர் கட்சி, முதலாளி கட்சி, சாமியார் கட்சி இதே வேல... இந்தியால க்ரோர்ஸ் கணக்கா வச்சுட்டு இருக்கான் கட்சிய! எல்லா கட்சியும் பிசினெஸ்ல பூந்துட்டான்... பெக்கர்ஸ். வேற ஒண்ணுக்கும் லாயக்கில்ல..."

அசைவம் சாப்பிடமாட்டோம் என்று மறுக்கும் எஸ்.எஸ். ஆர். தாங்கள் ஜீவகாருண்ய கட்சியில் இருக்கிறோம். எந்த உயிரையும் கொல்ல மாட்டோம் என்பார்.

"அடடா! திங்கிறதுக்குக்கூட கட்சி வச்சு இருக்காங்கடா யப்பா!!" என்று முணங்கியபடியே "நீங்க உசிரைக்

கொல்றதே இல்லையா! சரி, ராத்திரில மூட்டைப்பூச்சி கடிச்சா என்னப்பா செய்யறீங்க!"

எனக்கேட்கும் குத்தலும், உனக்கு ஹோட்டல்ல சாப்பாடு வாங்கித் தருகிறேன் என எஸ்.எஸ்.ஆர். கூப்பிட்டதும் "யப்பா! வேண்டாம்டா... ஹோட்டல் சாப்பாடுல கல்லு பொறுக்க என்னால முடியாதுப்பா!" என்று நக்கல் அடிப்பது, 'நாய்க்கு என்னடா போட்டே?' என வேலையாளைக் கேட்க, அவன் 'சோறு போட்டேன்' என்றதும் 'சோறு போட்டே ஃபூல்! சோறு தின்கிற நாய் இந்திய நாய். இது அமெரிக்க நாய். அவிழ்த்துவிடு. இஷ்டப்பட்டதைத் திங்கட்டும்' என திமிராகச் சொல்வதும் என படம் முழுவதும் ராதாவின் பேச்சும் நடிப்பும் ஜொலிக்கின்றன.

ரத்தக்கண்ணீர் தமிழ் சினிமா சரித்திரத்தில் என்றும் பேசப்படும் திரைப்படம். புதிய டிஜிட்டல் முறையில் கர்ணன் வெளியானதுபோல ரத்தக்கண்ணீர் வெளியாகுமா எனக் காத்துக்கொண்டிருக்கிறேன்.

பதேர் பாஞ்சாலி படத்தில் துர்காவாக நடித்த சிறுமி உமா தாஸ்குப்தா. இன்று அமெரிக்காவில் வசிக்கிறார். அவரது நினைவுக்குறிப்பு 'கிராந்தா'வில் இரண்டு ஆண்டுகளுக்கு முன்பு வெளியாகியிருந்தது... உமா தாஸ்குப்தாவின் நினைவில் பதேர் பாஞ்சாலி குறித்து பதிந்திருப்பது முற்றிலும்

வேறுபட்ட அனுபவங்கள். ஆனால், எனக்கு பதேர் பாஞ்சாலி தரும் அனுபவம் முற்றிலும் வேறுவிதமானது. அந்தப் படத்தில் அப்புவை விட எனக்கு துர்காவை அதிகம் பிடிக்கும்.

இரண்டு நாட்களுக்கு முன்பாக நானும் என் மனைவியும் இரவில் பதேர் பாஞ்சாலி பார்த்துக்கொண்டிருந்தோம். எத்தனையோ முறை பார்த்திருக்கிறேன். ஆனால் இம்முறையும் துர்காவின் மரணத்தை அவளது அப்பா ஹரிஹர் எதிர்கொள்ளும் காட்சியைக் காணும்போது துக்கம் மனதை அழுத்தத் துவங்கியது.

துர்கா ஏன் எனக்கு இத்தனை நெருக்கமாக இருக்கிறாள் என்று என்னை நானே பலமுறை கேட்டுக்கொண்டிருந்திருக்கிறேன். அவள் மீதான எனது விருப்பத்திற்கான காரணங்களில் சில வெளிப்படையாக வும் சில நிழல்மறைவிலும் இருக்கின்றன.

துர்கா கொய்யாப்பழம் திருடுகிறாள். துர்கா அம்மாவிடம் திட்டு வாங்குகிறாள். துர்கா தம்பிக்கு அலங்காரம் செய்து விடுகிறாள். ரயிலைக் காட்டுவதற்காக அழைத்துக்கொண்டு ஓடுகிறாள். பாட்டியோடு ஸ்நேகம் கொள்கிறாள். துர்கா பெரிய மனுஷியைப் போல புடவை கட்டியிருக்கிறாள் என துர்காவின் ஒவ்வொரு செயலும் அவளது சுதந்திர மனப்பாங்கின் வெளிப்பாடுகளே.

துர்கா மழையில் நனையும் காட்சி அற்புதமான ஒன்று. அவள் விரும்பி நனைகிறாள். ஈரம் சொட்ட அவள் மரத்தடியில் தம்பியை அணைத்தபடி உட்கார்ந்திருக்கும் அக்காட்சி மனதை விட்டு அகலாத ஒன்று. அவளாகத் தன் சாவைத் தேர்வு செய்துவிட்டதைப் போலவே இருக்கிறது. இறக்கும்வரை அம்மாவின் கையைத் தன் கழுத்தோடு சேர்த்து அணைத்துக்கொண்டிருக்கிறாள் துர்கா.

அவளது மரணம் ஒரு கண்ணாடிக் கோப்பையைக் கைதவற விட்டது போன்ற உணர்வைத் தருகிறது. துர்கா திருடி ஒளித்து வைத்த பொருட்களை அப்பு எடுத்து வெளியே எறியும்போது அத்தனையையும் ஓடிப் போய் பொறுக்கிக்கொண்டு வந்துவிட வேண்டும் போலிருந்தது.

பறவைக் கோணம் ◇ 163

துர்கா உயிரோடிருந்தால் என்னவாகியிருக்கும்? அவர்கள் அந்த ஊரிலிருந்து வெளியேறிப் போயிருக்கமாட்டார்கள். அதைவிடவும் அப்புவின் உலகம் வேறுவிதமாக ஆகியிருக்கும். ஆனால் துர்கா படித்திருக்க மாட்டாள். துர்கா யாரையோ திருமணம் செய்துகொண்டு ஒரு எளிய வாழ்க்கையை வாழப் போயிருப்பாள். ஆனாலும் துர்காவின் பாசம் அப்படியே இருந்திருக்கும். அப்புவிற்கு வாழ்வின் மீதுள்ள பிடிப்பாக இருந்திருப்பாள். துர்காவுக்கும் அப்புவிற்கும் உள்ள வெளிப்படுத்தப்பட முடியாத அன்பு இன்னொரு தளத்தில் அக் கதையைக் கொண்டு போயிருக்கும்.

துர்கா காசியைப் பார்த்திருந்தால் மிகுந்த சந்தோஷம் கொண்டிருப்பாள். அந்தப் படித்துறைகளில் அவளது பாதங்கள் ஓடிக் களிப்படைந்திருக்கும். படித்துறை புறாக்களுக்குத் தீனி போட்டிருப்பாள். துர்கா கல்கத்தாவில் ரயில் நிலையத்தை ஒட்டிய அப்புவின் அறையைக் கண்டிருந்தால் பால்யத்தின் காட்சியை நினைவுகூர்ந்திருப்பாள். வேதனை மிக்க தங்களது கடந்த காலத்தினை நினைத்து தன்னை மீறி அழுதிருப்பாள்.

அவளால் தம்பி மனைவியின் சாவைத் தாங்கிக் கொண்டிருக்க முடியாது. அவளது பையனைத் தானே வளர்க்கத் துவங்கியிருப்பாள். துர்கா என்ற சரடு அந்தப் படத்தில் கண்ணுக்குப் புலனாகாமல் யாவற்றின் பின்னும் ஓடிக் கொண்டேயிருக்கிறது.

விபூதிபூஷணின் பதேர் பாஞ்சாலி நாவலை வாசித்திருக்கிறேன். அதில் வரும் துர்கா சம்பிரதாயமான வங்காளச் சிறுமி. அவள் என்னோடு இத்தனை நெருக்கம் கொள்ளவில்லை. அதில் கதாபாத்திரங்களை விடவும் அந்தக் கிராமமும் அதன் இரவு பகல்களுமே என்னை வசீகரித்தன. அந்த நாவல் மிக நீண்ட விவரணைகளும் குறுக்கும் நெடுக்குமாகப் பல சரித்திரக் குறிப்புகளும் கொண்டிருக்கின்றது. அந்த வகையில் அது பழைய நாவல் வடிவத்தின் தொடர்ச்சி யாகவே உள்ளது. ஆனால் சத்யஜித் ரே உருவாக்கிய பதேர் பாஞ்சாலி விபூதிபூஷண் நாவலின் சாற்றை உள்வாங்கிக் கொண்டு உருவாக்கப் பட்ட தனித்துவமான கலைப்படைப்பு.

துர்காவைப் போல தம்பிகளை நேசிக்கும் அக்காக்கள் பலரையும் எனது பால்யம் முழுவதும் பார்த்திருக்கிறேன். துர்கா என் நினைவில் ஒரு சுடரைப் போல எரிந்துகொண்டே யிருக்கிறாள். நீங்கள் தேர் பாஞ்சாலி பார்த்திருக்கிறீர்களா எனத் தெரியாது. ஆனால் ஒருமுறை அவளுக்காக மட்டுமாவது அதைப் பாருங்கள் என்று நான் சிபாரிசு செய்வேன்.

தேசாந்திரி பதிப்பகம்

| | |
|---|---:|
| உபபாண்டவம் | ரூ.375 |
| நெடுங்குருதி | 525 |
| யாமம் | 400 |
| துயில் | 525 |
| சஞ்சாரம் | 340 |
| இடக்கை | 375 |
| பதின் | 235 |
| கடவுளின் நாக்கு | 350 |
| உலக இலக்கியப் பேருரைகள் | 325 |
| எழுத்தே வாழ்க்கை | 175 |
| பதினெட்டாம் நூற்றாண்டின் மழை | 230 |
| தாவரங்களின் உரையாடல் | 150 |
| வெயிலைக் கொண்டு வாருங்கள் | 140 |
| விழித்திருப்பவனின் இரவு | 225 |
| காற்றில் யாரோ நடக்கிறார்கள் | 325 |
| கோடுகள் இல்லாத வரைபடம் | 75 |
| மலைகள் சப்தமிடுவதில்லை | 250 |
| வாசகபர்வம் | 210 |
| காண் என்றது இயற்கை | 115 |
| செகாவின் மீது பனி பெய்கிறது | 150 |
| கூழாங்கற்கள் பாடுகின்றன | 75 |
| எனதருமை டால்ஸ்டாய் | 100 |

| | |
|---|---|
| ரயிலேறிய கிராமம் | 150 |
| உலகை வாசிப்போம் | 200 |
| நாவலெனும் சிம்பொனி | 140 |
| இலக்கற்ற பயணி | 175 |
| செகாவ் வாழ்கிறார் | 150 |
| தனிமையின் வீட்டிற்கு நூறு ஜன்னல்கள் | 150 |
| காட்சிகளுக்கு அப்பால் | 75 |
| கால் முளைத்த கதைகள் | 100 |
| எலியின் பாஸ்வேர்டு | 35 |
| சிரிக்கும் வகுப்பறை | 110 |
| விலங்குகள் பொய் சொல்வதில்லை | 225 |
| கதாவிலாசம் | 380 |
| தேசாந்திரி | 275 |
| துணையெழுத்து | 350 |
| எனது இந்தியா | 650 |
| மறைக்கபட்ட இந்தியா | 375 |
| நிமித்தம் | 450 |
| நம் காலத்து நாவல்கள் | 350 |
| எஸ்.ராமகிருஷ்ணன் நேர்காணல்கள் | 250 |
| நகுலன் வீட்டில் யாருமில்லை | 150 |
| புத்தனாவது சுலபம் | 200 |
| காந்தியோடு பேசுவேன் | 175 |
| உறுபசி | 175 |
| ஆதலினால் | 175 |
| சிறிது வெளிச்சம் | 450 |
| இந்தியவானம் | 240 |
| வீடில்லா புத்தகங்கள் | 250 |
| நூறு சிறந்த சிறுகதைகள் | 1000 |